ഹിന്ദുത്വവും ഭാരതസംസ്കാരവും

hindutvavum bharatasamskaravum

•

dr. darmaraj adat

•

first edition
july 2016

•

typesetting & published
chintha publishers, thiruvananthapuram

•

•

cover
midas

•

വിതരണം

ദേശാഭിമാനി ബുക്ക് ഹൗസ്
H O തിരുവനന്തപുരം–695 035
Ph: 0471-2303026, 6063020
www.chinthapublishers.com
chinthapublishers@gmail.com

ബ്രാഞ്ചുകൾ

ഹെഡ്ഡാഫീസ് ബ്രാഞ്ച് കുന്നുകുഴി • സ്റ്റാച്യു തിരുവനന്തപുരം • കെ എസ് ആർ ടി സി ബസ് സ്റ്റേഷൻ ആലപ്പുഴ • കെ എസ് ആർ ടി സി ബസ് സ്റ്റേഷൻ എറണാകുളം • മച്ചിങ്ങൽ ലെയ്ൻ തൃശൂർ • ഐ ജി റോഡ് കോഴിക്കോട് • മാവൂർ റോഡ് കോഴിക്കോട് • എൻ ജി ഒ യൂണിയൻ ബിൽഡിങ് കണ്ണൂർ • സെൻട്രൽ ബസ് ടെർമിനൽ കോംപ്ലക്സ് താവക്കര കണ്ണൂർ

CO - 2532 / 4370
ISBN - 978-93-86637-10-9

ഹിന്ദുത്വവും ഭാരതസംസ്കാരവും

ഡോ. ധർമ്മരാജ് അടാട്ട്

ചിന്ത പബ്ലിഷേഴ്സ്
തിരുവനന്തപുരം-695 035

ഡോ. ധർമ്മരാജ് അടാട്ട്

ശ്രീ. പി കെ കുഞ്ഞുണ്ണിയുടെയും ശ്രീമതി എൻ കെ മാധവിയുടെയും മകനായി 1957 ഏപ്രിൽ മാസം തൃശൂർ ജില്ലയിലെ അടാട്ട് പഞ്ചായത്തിൽ ജനിച്ചു. പുറനാട്ടുകര ശ്രീരാമകൃഷ്ണഗുരുകുലവിദ്യാമന്ദിരം, തൃശൂർ സെന്റ് തോമസ് കോളേജ്, ഗുരുവായൂർ ശ്രീകൃഷ്ണകോളേജ്, കോഴിക്കോട് സർവ്വകലാശാല സംസ്കൃതവിഭാഗം എന്നിവിടങ്ങളിൽ വിദ്യാഭ്യാസം. ബി എയ്ക്കും എം എയ്ക്കും ക്ലാസും റാങ്കും നേടി വിജയിച്ചു. ഡോ. കെ എൻ എഴുത്തച്ഛന്റെ കേരളോദയം എന്ന സംസ്കൃതമഹാകാവ്യത്തെക്കുറിച്ചുള്ള പഠനത്തിന് കോഴിക്കോട് സർവ്വകലാശാലയിൽനിന്ന് ഡോക്ടറേറ്റ് നേടി.

തൃശൂർ ശ്രീകേരളവർമ്മകോളേജ്, മാവേലിക്കര ബിഷപ്പുമൂർ കോളേജ് എന്നിവിടങ്ങളിൽ സംസ്കൃതവിഭാഗം അദ്ധ്യാപകനായി സേവനം അനുഷ്ഠിച്ചിട്ടുണ്ട്. പുരോഗമനകലാസാഹിത്യസംഘം ആലപ്പുഴ ജില്ലാ പ്രസിഡന്റ്, ജില്ലാസെക്രട്ടറി, സംസ്ഥാനനിർവ്വാഹക സമിതി അംഗം എന്നീ നിലകളിൽ പ്രവർത്തിച്ചിട്ടുള്ള ഡോ. അടാട്ട് കോഴിക്കോട് സർവ്വകലാശാല സെനറ്റിൽ രണ്ട് തവണ അംഗമായും തെരഞ്ഞെടുക്കപ്പെട്ടിട്ടുണ്ട്. മഹാത്മാ ഗാന്ധി കേരള കണ്ണൂർ സംസ്കൃതസർവ്വകലാശാലകളിൽ സംസ്കൃതം ബോർഡ് ഓഫ് സ്റ്റഡീസ് അംഗമായും, സംസ്കൃത സർവ്വകലാശാല അക്കാദ മിക് കൗൺസിൽ അംഗമായും, സിൻഡിക്കേറ്റ് അംഗമായും പ്രവർത്തിച്ചിട്ടുണ്ട് ഇപ്പോൾ അങ്കമാലി കേന്ദ്രമായി പ്രവർത്തിക്കുന്ന വി ടി ട്രസ്റ്റിന്റെ സെക്രട്ടറിയായും, കേരള സ്റ്റേറ്റ് ലൈബ്രറി കൗൺസിലിന്റെ സംസ്ഥാന കൗൺസിൽ അംഗമായും, കേരളസംസ്ഥാന ഉന്നത വിദ്യാഭ്യാസ കൗൺസിൽ അംഗമായും, ശ്രീ ശങ്കരാചാര്യ സംസ്കൃത സർവ്വകലാശാല സാഹിത്യ വിഭാഗം അദ്ധ്യക്ഷനായും പ്രവർത്തിച്ചു. ഇപ്പോൾ സർവ്വകലാശാലാ പ്രോവൈസ് ചാൻസലർ.

ഡോ. അടാട്ട് സംസ്കൃതം, ഇംഗ്ലീഷ്, മലയാളം എന്നീ ഭാഷകളിലായി നിരവധി ലേഖനങ്ങളും മുപ്പത്തഞ്ച് പഠനഗ്രന്ഥങ്ങളും പ്രസിദ്ധീകരിച്ചിട്ടുണ്ട്. ഡോ. അടാട്ടിന്റെ *ഉപനിഷദ് ദർശനം-ഒരു പുനർവിചാരം* എന്ന കൃതി 1994 ലെ ഏറ്റവും നല്ല വൈജ്ഞാനിക ഗ്രന്ഥത്തിനുള്ള അബുദാബി ശക്തി അവാർഡും, *ഋഗ്വേദത്തിന്റെ ദാർശനികഭൂമിക* എന്ന കൃതി 1998 ലെ ഏറ്റവും നല്ല സാമൂഹ്യ ശാസ്ത്ര ഗ്രന്ഥത്തിനുള്ള കെ ദാമോദരൻ പുരസ്കാരവും, *ഭാരതീയപൈതൃകം വിശകലനവും വിമർശനവും* എന്ന കൃതി 1999 ലെ ഏറ്റവും നല്ല വൈജ്ഞാനിക ഗ്രന്ഥത്തിനുള്ള സഹോദരൻ അയ്യപ്പൻ സ്മാരക പുരസ്കാരവും, *ഋഗ്വേദത്തിന്റെ ദാർശനികഭൂമിക* എന്ന കൃതി ഏറ്റവും നല്ല വൈദിക സാഹിത്യ ഗ്രന്ഥത്തിനുള്ള കേരളസാഹിത്യ അക്കാദമിയുടെ അവാർഡും നേടുകയുണ്ടായി.

ഭാര്യ	:	ഡോ. റീജാ ബി
		(കാവനാൽ സംസ്കൃത
		സർവ്വകലാശാലയിലെ അദ്ധ്യാപികയാണ്.)
മക്കൾ	:	അഖിൽ ഡി രാജ്, അനുപ ഡി രാജ്.
വിലാസം	:	സംസ്കൃതി, കാലടി പി. ഒ,
		എറണാകുളം ജില്ല- 683 574
Mob	:	9447913160

ഉള്ളടക്കം

സമർപ്പണം

മതനിരപേക്ഷത സ്വന്തം ജീവിതംകൊണ്ട്
സാക്ഷാൽക്കരിച്ച് സഹജീവിതങ്ങൾക്ക് വെളിച്ചമായി
മുന്നിൽ സഞ്ചരിച്ച് നടന്നുപോയ
തൃശൂർ പുറനാട്ടുകര ശ്രീരാമകൃഷ്ണ
ഗുരുകുല വിദ്യാമന്ദിരത്തിന്റെ
എല്ലാമായിരുന്ന
ശക്രാനന്ദസ്വാമികൾക്ക്

പ്രസാധകക്കുറിപ്പ്

ഇന്ത്യൻ പാരമ്പര്യത്തെ ഹിന്ദുത്വത്തിന്റെ വഴികളിലൂടെ ചിട്ടപ്പെടുത്താനുള്ള പരിശ്രമം 19-ാം നൂറ്റാണ്ടു മുതൽക്കു തന്നെ സംഘടിതമായി നടന്നുവരുന്നു. ഇന്ത്യയുടെ ഭരണാ ധികാരം വർഗ്ഗീയ ഫാസിസ്റ്റു ശക്തികളിലേക്ക് എത്ത പ്പെട്ടതോടെ ഈ വഴികളിലൂടെ മുമ്പെങ്ങുമില്ലാത്ത രീതി കളിൽ മുന്നേറാൻ അവർക്കു കഴിഞ്ഞു. എസ് പി ഗുപ്ത, ബി ബി ലാൽ തുടങ്ങിയ കടുത്ത ഹിന്ദുത്വത്തിന്റെ വക്താ ക്കളായ ആർക്കിയോളജിസ്റ്റുകളുടെ ഒത്താശ ഈ സംരം ഭത്തെ ശക്തിപ്പെടുത്തി.

ചരിത്രവസ്തുതകളുടെ അടിസ്ഥാനത്തിൽ ഈ സംരംഭ ങ്ങളുടെ അശാസ്ത്രീയതയും അസത്യവും തുറന്നുകാട്ടു കയാണ് ഡോ. ധർമ്മരാജ് അടാട്ട്.

ചിന്ത പബ്ലിഷേഴ്സ്

1

ഹിന്ദുത്വവും ഭാരതസംസ്കാരവും

I

ഭാരതമെന്നപേർ കേട്ടാലഭിമാന-
പൂരിതമാകണമന്തരംഗം

കേരളത്തിന്റെ ദേശീയകവി ഉറക്കെ പാടിയ ഈരടികൾ ഇന്നും നമ്മുടെ മനസ്സുകൾക്ക് ഉറവ വറ്റാത്ത ഊർജ്ജസ്രോതസ്സാണ്. മലയാളികളുടെ മാത്രമല്ല, ഓരോ ഇന്ത്യക്കാരന്റെയും അവസ്ഥയും മറ്റൊന്നല്ല. 'ജനനീ ജന്മഭൂമിശ്ച സ്വർഗ്ഗാദപി ഗരീയസീഃ'-അമ്മയും ജന്മഭൂമിയും സ്വർഗ്ഗത്തേക്കാൾ മഹത്തരമാണെന്ന സങ്കല്പം ഓരോ ഇന്ത്യക്കാരന്റെയും ഹൃദയധമനികളുടെ സ്പന്ദനമാണ്.

പെറ്റനാടിനെ മുൻനിർത്തിയുള്ള ഈ അഭിമാനത്തെ അതിന്റെ പാരമ്യത്തിൽ ദുരുപയോഗം ചെയ്യപ്പെടുന്ന പ്രവണത ഇന്ന് ഏറെ ശക്തമാണ്. അത് നമ്മെ നിരവധി പ്രതിസന്ധികളിലേക്ക് നയിച്ചുകൊണ്ടി രിക്കുന്നു എന്ന യാഥാർത്ഥ്യം ഓരോ ഭാരതീയനും തിരിച്ചറിയേണ്ടതുണ്ട്. ഗതകാല പാരമ്പര്യത്തിന്റെ ദുരുപയോഗങ്ങളിലൂടെയാണ് ഫാസിസ ത്തിന്റെ ആൾക്കൂട്ടമനഃശാസ്ത്രം ശക്തിപ്പെടുന്നതെന്ന് തിരിച്ചറിഞ്ഞ് മുൻകരുതലെടുക്കുവാൻ ചരിത്രം നമ്മോടാവശ്യപ്പെടുന്നു.

ഇതൊരു പുതിയ പ്രശ്നമല്ല. ഇന്ത്യൻ പാരമ്പര്യത്തെ ഹിന്ദുത്വ ത്തിന്റെ വഴികളിലൂടെ ചിട്ടപ്പെടുത്താനുള്ള പരിശ്രമം പത്തൊമ്പതാം നൂറ്റാണ്ടുമുതൽക്കുതന്നെ സംഘടിതമായി നടന്നുവരുന്നു. വർഗ്ഗീയ ഫാസിസ്റ്റ് ശക്തികളിലേക്ക് ഇന്ത്യയുടെ ഭരണാധികാരം എത്തപ്പെട്ട നാളുകളിൽ മുമ്പെങ്ങുമില്ലാത്ത രീതിയിൽ ഈ വഴിയിലൂടെ മുന്നേറാൻ അവർക്ക് സാധിക്കുകയും ചെയ്തു. ഗുപ്തരാജാക്കന്മാരുടെ

ഭരണകാലത്തെ ഓർമ്മിപ്പിക്കുന്ന രീതിയിൽ നാനാപ്രതലങ്ങളിൽനിന്നും സംഘടിതമായി ഇത്തരം പൊളിച്ചെഴുത്തിന് തുടക്കമിടുകയുണ്ടായി. ഹിന്ദു സനാതനധർമ്മത്തിന്റെ വക്താക്കളും വേദമന്ത്രങ്ങളുടെ ദ്രഷ്ടാക്കളുമായ ആര്യന്മാർ ഇന്ത്യൻ തദ്ദേശവാസികളായിരുന്നുവെന്നും ഇവിടെനിന്നാണ് ലോകത്തിന്റെ ഇതരഭാഗങ്ങളിലേക്ക് മർത്ത്യപ്രവാഹം ആരംഭിച്ചതെന്നുമുള്ള വാദഗതി ചരിത്രത്തിലിടം കണ്ടെത്തിയത് ഇപ്രകാരമാണ്. സൈന്ധവ നാഗരികതയുടെ ഉടമകളും ഇവർതന്നെ യെന്ന വാദഗതിയും ഇവിടെ ഉയർത്തപ്പെടുകയുണ്ടായി. എസ് പി ഗുപ്ത, ബി ബി ലാൽ തുടങ്ങി കടുത്ത ഹിന്ദുത്വത്തിന്റെ വക്താക്കളായ ആർക്കിയോളജിസ്റ്റുകളുടെ കർസേവ കൂടിയായപ്പോൾ സംഗതി കൊഴുക്കുകയും ചെയ്തു.[1] അങ്ങനെയാണ് ഭാരതത്തെക്കുറിച്ച് പുതിയ സിദ്ധാന്തങ്ങൾ അരങ്ങിൽ സജീവമാകുന്നത്. ഭാരതം സനാതനമാണ്, അനാദിയാണ്. ആദിമ മനുഷ്യൻ ഇവിടെയാണ് ഭുജാതനായത്. മാനവചരിത്രത്തിലെ ആദ്യനാഗരികത ഇവിടെനിന്നാരംഭിച്ചു. അവർ വേദങ്ങൾ കണ്ടെത്തി. അവർ തന്നെയാണ് സൈന്ധവ-ഹാരപ്പൻ സംസ്കൃതിയുടെ ഉടമകൾ. ശാസ്ത്ര-സാഹിത്യ-കലാരംഗങ്ങളിൽ ഏറ്റവും ഉയർന്ന കൊടുമുടിയിലാണ് അവർ വർത്തിച്ചിരുന്നത്. ഭാരതീകൃ ഷ്ണതീർത്ഥയുടെ വേദഗണിതം വേദ-ശാസ്ത്ര-സാങ്കേതികവിദ്യകളുടെ മാസ്മരിക ലോകമാണ് തുറന്നിരിക്കുന്നത്. എല്ലാം സനാതന ഹിന്ദുധർമ്മത്തിന്റെ സാർവ്വഭൗമതയെ പ്രഖ്യാപിക്കുന്നു. ആർഷഭാരതം, അഖണ്ഡഭാരതം, ഭാരത വർഷം, ആര്യാവർത്തം എന്നിങ്ങനെ സനാതനഹിന്ദുധർമ്മത്തിന്റെ പൗരാണികത വിളംബരപ്പെട്ടിരിക്കുന്നു. ആനന്ദലബ്ധിക്കിനിയെന്തുവേണ്ടൂ.

രോമാഞ്ചകഞ്ചുകം വാരിപ്പുതപ്പിക്കുന്നതാണ് ഈ വിവരണമെ ന്നതിൽ രണ്ടുപക്ഷമില്ല. വെറുതെ കോൾമയിർകൊള്ളാനാണെങ്കിൽ ഇതു ധാരാളമാണുതാനും. എന്നാൽ വസ്തുതകൾ പരിശോധിക്കുക യാണെങ്കിൽ ഇത്തരം കഞ്ചുകങ്ങൾ അതിവേഗത്തിൽ കീറിപ്പറിഞ്ഞു പോകുന്നതുകാണാം.

ഭാരതം അഥവാ ഇന്ത്യ എന്ന പേരുകൊണ്ട് കുറിക്കപ്പെടുന്ന ദേശ ചിത്രം വളരെ കൃത്യമാണ്. സുനിശ്ചിതമായ നാല് അതിരുകൾ, അതിരു കൾക്കുള്ളിൽ സുനിശ്ചിതമായ ഇടങ്ങളും. എന്നാൽ അരങ്ങിലേക്ക് കടന്നുവരുന്ന പൗരാണിക പദങ്ങളാൽ കുറിക്കപ്പെടുന്ന പ്രദേശ ങ്ങളെക്കുറിച്ച് അത്തരമൊരു കൃത്യത സ്വരൂപിക്കാൻ നാളിതുവരെ കഴിഞ്ഞിട്ടില്ല. കവികല്പനയിൽമാത്രം നിലനില്ക്കുന്ന നിരവധി പുഴകളും സമുദ്രങ്ങളും മലകളും പൂങ്കാവനങ്ങളും നിറഞ്ഞ കൃത്രിമമായ ഒരു പാരമ്പര്യത്തെ സൃഷ്ടിച്ചെടുത്ത് കോൾമയിർകൊള്ളുകയും അത് ഭാരതത്തിന്റെയും ഭാരതീയരുടെയും മുതുകിൽ വെച്ചുകെട്ടി ഫാസിസ ത്തിന്റെ തേരോട്ടത്തിന് പാതയൊരുക്കുകയും ചെയ്യുക എന്ന തന്ത്രമാണ്

ഇത്തരം കപടദേശീയതയുടെ വക്താക്കൾ ലക്ഷ്യമാക്കുന്നത്. അവർ സൃഷ്ടിച്ചെടുക്കുന്ന ഈ പാരമ്പര്യം കൃത്രിമമാണ്, കപടമാണ് എന്നു ചൂണ്ടിക്കാണിക്കുന്നവരെ സംഘടിതമായി ഒറ്റപ്പെടുത്താനും കല്ലെറിയാനും ക്രൂശിക്കുവാനും ആളുകൾ രംഗത്തുവരുന്നു എന്നതും ഇത്തരം പ്രവർത്തനങ്ങളുടെ നിഗൂഢതാല്പര്യത്തെ വ്യക്തമാക്കുന്നുണ്ട്.

ലോകനാഗരികതയ്ക്കു ലഭിച്ച ഏറ്റവും പഴക്കമേറിയ, സാഹിത്യ മൂല്യമുള്ള കൃതി നമ്മുടെ വേദങ്ങളാണെന്നതിൽ രണ്ടു പക്ഷമില്ല. വേദങ്ങളിലാകട്ടെ *ഭരതന്മാർ* എന്നറിയപ്പെടുന്ന ഒരു കുലത്തെക്കുറിച്ചു ള്ള പരാമർശമൊഴിച്ചുനിർത്തിയാൽ ഭാരതം എന്ന ഒരു ദേശത്തെ ക്കുറിച്ചോ രാജ്യത്തെക്കുറിച്ചോ ഉള്ള സങ്കല്പം നമുക്ക് കണ്ടെത്താ നായിട്ടില്ല. വേദത്തിൽ പരാമർശിക്കപ്പെടുന്ന ഏറ്റവും പ്രാചീനമായ ദേശ സങ്കല്പം *സപ്തസിന്ധവഃ* എന്നതാണ്.(ഋക്. iii. 24.2 7) ഇന്നത്തെ ഇന്ത്യയുടെ വടക്ക്–പടിഞ്ഞാറു ഭാഗത്ത് ഗംഗ തുടങ്ങിയ ഏഴു നദികളുടെ തീരദേശം ഉൾക്കൊള്ളുന്ന ഒരു പ്രദേശമായി അത് രേഖപ്പെടുത്ത പ്പെട്ടിട്ടുണ്ട്.

ക്രിസ്തുവിനുമുമ്പ് അഞ്ചാം നൂറ്റാണ്ടിൽ ജീവിച്ചിരുന്നുവെന്ന് സങ്കല്പിക്കപ്പെടുന്ന പാണിനിയുടെ *അഷ്ടാധ്യായിയിൽ* 'പ്രാച്യഭരത' എന്ന ഒരു ദേശത്തെക്കുറിച്ചുള്ള പരാമർശം കാണുന്നുണ്ട്.[2] ഉദീചി ക്കും പ്രാചിക്കും ഇടയിൽ കിടന്നിരുന്ന ഒരു ചെറിയ ജനപദമായിരുന്നു ഇതെന്ന് ചിലർ രേഖപ്പെടുത്തുന്നു.[3]

ഭാരതവർഷം എന്ന പദം ആദ്യമായി പ്രത്യക്ഷപ്പെടുന്നത് ക്രിസ്തു വിനുമുമ്പ് 176–163 കാലഘട്ടത്തിൽ കലിംഗദേശം ഭരിച്ചിരുന്ന ഖരവേലന്റെ 'ഹഥികും' ശാസനത്തിലാണ്. ഇന്നത്തെ കട്ടക്കിനു സമീപമുള്ള ഉദയഗിരിയിലാണ് ഈ ശാസനം കാണപ്പെടുന്നത്. ഖരവേലന്റെ 13 വർഷത്തെ ഭരണനേട്ടങ്ങളുടെ ഒരു പട്ടികയാണ് ഇതിൽ രേഖപ്പെടുത്തിയിരിക്കുന്നത്. താൻ കീഴടക്കിയ നാട്ടുപ്രദേശങ്ങളുടെ പേരുകളും ഖരവേലൻ ഇതിൽ രേഖപ്പെടുത്തിയിട്ടുണ്ട്. പ്രാകൃതഭാ ഷയിലാണ് ഈ ശാസനം കാണപ്പെടുന്നത്. *ഭരതവസ* എന്നാണ് ഭാരത ത്തെക്കുറിക്കുന്ന പ്രാകൃത നാമധേയം.[4] ഭാരതത്തിലെ രാഷ്ട്രീകന്മാ രെയും ഭോജകന്മാരെയും അദ്ദേഹം പരാജയപ്പെടുത്തി. ശാതവാഹ നന്മാരുടെ ഡക്കാൻ, മൂഷികദേശം, ഗോരദഗിരി (ഗയ), മഥുര, മഗധ, പാണ്ഡ്യരാജ്യം എന്നിങ്ങനെ മറ്റു പ്രദേശങ്ങളെക്കുറിച്ചുള്ള പരാമർശവും ഈ ശാസനത്തിൽ കാണപ്പെടുന്നുണ്ട്. കൃത്യമായ അതിർത്തി തിട്ടപ്പെടുത്താനായിട്ടില്ലെങ്കിലും ഇന്നത്തെ ഇന്ത്യയുടെ വടക്കുഭാഗത്ത് സ്ഥാപിതമായിരുന്ന ഒരു നാട്ടുരാജ്യമായിരിക്കണം ഭാരതവർഷം എന്ന് നിഗമിക്കാവുന്നതാണ്. [5] ക്രിസ്തുവർഷം 5–6 നൂറ്റാണ്ടുകളിലെഴുതപ്പെ ട്ടതായ *അമരകോശത്തിൽ* ഭാരതവർഷത്തെ പരാമർശിക്കുന്നുണ്ട് –

ലോകോയം ഭാരതം വർഷം–നാം അധിവസിച്ചുവരുന്ന ലോകം ഭാരത മെന്ന വർഷമാകുന്നു. (*അമരം.* ii.1.7) വർഷശബ്ദത്തിന് നനയ്ക്കുന്നത് എന്നും സ്ഥാനം എന്നും അർത്ഥം പറയാം. ഗംഗാദി നദികളാൽ നനയ്ക്കപ്പെടുന്ന പ്രദേശമെന്നോ, മേഘത്താൽ നനയ്ക്കപ്പെടുന്ന പ്രദേശമെന്നോ അർത്ഥം പറയാമെന്ന് *പാരമേശ്വരീ വ്യാഖ്യാനം.* (*പുറം.* 245) ഭാരതവർഷത്തിൽ ഉൾക്കൊള്ളുന്ന പ്രാച്യം, ഉദീച്യം, മ്ലേച്ഛം, മധ്യമം, ആര്യാവർത്തം എന്നീ അഞ്ച് പ്രദേശങ്ങളെക്കുറിച്ചും അമര കോശത്തിൽ പരാമർശിക്കുന്നുണ്ട്. ഭാരതവർഷത്തിന്റെ കിഴക്ക്–വടക്കു ത്ഭവിച്ച് തെക്ക്–പടിഞ്ഞാറോട്ടൊഴുകി സമുദ്രത്തിൽ ചേരുന്ന ശരാവതീ നദിയുടെ കിഴക്കു–തെക്കു വ്യാപിച്ചുകിടക്കുന്ന ദേശമായിരുന്നു പ്രാച്യം. അതിന്റെ വടക്കുപടിഞ്ഞാറുഭാഗം ഉദീച്യം. ഭാരതവർഷത്തിന്റെ അവ സാനഭാഗമാണ് മ്ലേച്ഛദേശം. ചാതുർവർണ്ണ്യവ്യവസ്ഥ ഇല്ലാത്ത പ്രദേശ മായും മ്ലേച്ഛദേശം അറിയപ്പെടുന്നു. അതിനിപ്പുറമുള്ളതാണ് ആര്യാവർ ത്തം. അത് വിന്ധ്യപർവ്വതത്തിന്റെയും ഹിമാലയ പർവ്വതത്തിന്റെയും ഇടയ്ക്കുള്ള പ്രദേശമാണ്.

ആ സമുദ്രാത്തു വൈ പൂർവ്വാദ് ആ സമുദ്രാച്ച പശ്ചിമാത്
തയോരേവാന്തരം ഗിര്യോഃ ആര്യാവർത്തം വിദുർബുധാഃ. (*മനു.* 2. 20)

കിഴക്കേ സമുദ്രത്തിൽനിന്നും പടിഞ്ഞാറോട്ടും പടിഞ്ഞാറെ സമുദ്രത്തിൽനിന്നും കിഴക്കോട്ടും ഹിമാലയത്തിൽനിന്നും തെക്കോട്ടും വിന്ധ്യപർവ്വതത്തിൽനിന്നും വടക്കോട്ടുമുള്ള പ്രദേശമാകുന്നു ആര്യാ വർത്തം. മധ്യഭാഗമാണ് മധ്യദേശം.

ഹിമവദ്ദിസ്ധ്യയോർമദ്ധ്യം യദ് പ്രാഗിനശനാദപി
പ്രത്യഗേവ പ്രയാഗാച്ച മധ്യദേശഃ പ്രകീർത്തിതഃ (*മനു.* 2. 21)

ഹിമാലയപർവ്വതത്തിൽനിന്നും തെക്കോട്ടും വിന്ധ്യപർവ്വതത്തിൽ നിന്നും വടക്കോട്ടും കുരുക്ഷേത്രത്തിൽനിന്നും കിഴക്കോട്ടും പ്രയാഗ ത്തിൽനിന്നും പടിഞ്ഞാറോട്ടുമുള്ള പ്രദേശമാണ് മധ്യദേശമെന്ന് *മനുസ്മൃതി* രേഖപ്പെടുന്നു. മധ്യദേശവും ആര്യാവർത്തവും പരസ്പരം കെട്ടുപിണഞ്ഞു കിടക്കുന്നു എന്നുമാത്രമല്ല, ഇതിലൊന്നും പെടാത്ത കുരുക്ഷേത്രം, പ്രയാഗ എന്നീ പ്രദേശങ്ങൾ ഭാരതവർഷത്തിൽ ഉൾപ്പെടുന്നില്ല എന്ന സന്ദേശവും ഈ വിവരണങ്ങൾ നല്കുന്നുണ്ട്. മാത്രമല്ല, സരസ്വതീ, ദൃഷദ്വതീ എന്നീ രണ്ടു ദേവനദികൾക്കിടയിൽ വർത്തിക്കുന്ന ഈ പറഞ്ഞതിലൊന്നും പെടാത്ത ബ്രഹ്മാവർത്തം എന്ന മറ്റൊരു പ്രദേശത്തെക്കുറിച്ചും *മനുസ്മൃതി* വാചാലമാകുന്നുണ്ട് (*മനു.* 2. 17) ഒന്നിലും വിന്ധ്യനു തെക്കുള്ള ഭൂപ്രദേശത്തെക്കുറിച്ച് സൂചനയില്ലെന്നത് ശ്രദ്ധിക്കേണ്ടതാൺ.

ഭാരതവർഷത്തെക്കുറിച്ചുള്ള സങ്കല്പം രൂഢമൂലമാകുന്നത്

പുരാണങ്ങളിലൂടെയാണ്. വരാഹമിഹിരന്റെയും (ആറാം നൂറ്റാണ്ട്) ഭാസ്കരാചാര്യന്റെയും (പതിനൊന്നാം നൂറ്റാണ്ട്) ജ്യോതിശാസ്ത്രഗ്രന്ഥ ങ്ങളെ അടിസ്ഥാനമാക്കിക്കൊണ്ടുള്ള വിവരണങ്ങളാണ് ഇവയിൽ മിക്കവയും സ്വീകരിച്ചിരിക്കുന്നത്. എന്നാൽ അവിടെയും സ്വീകരി ക്കാവുന്ന പൊതു അതിർത്തിയും ഭൂമിശാസ്ത്രവും നമുക്ക് കണ്ടെത്താ നാവുന്നില്ല. ചില പുരാണങ്ങൾ ത്രികോണാകൃതിയും ചിലവ അർദ്ധചന്ദ്രാകൃതിയും മറ്റുചിലവ കുലയ്ക്കപ്പെട്ട വില്ലിന്റെ ആകൃതിയും ഇനിയും ചിലവ ആമയുടെ ആകൃതിയും ഭാരതവർഷത്തിന് സമ്മാനിച്ചിരി ക്കുന്നു.[6] സമുദ്രങ്ങളാൽ ചുറ്റപ്പെട്ട ഒമ്പതു ദ്വീപുകളുടെ സമുച്ചയമായി ട്ടാണ് ഏറെ പുരാണങ്ങളും ഭാരതവർഷത്തെ ചിത്രീകരിച്ചിട്ടുള്ളത്. ഇവിടെയും വിന്ധ്യനു തെക്കുള്ള ഭൂപ്രദേശത്തെക്കുറിച്ച് അവയി ലൊന്നും സൂചനയില്ലെന്നത് പ്രസ്താവ്യമത്രെ. ഇവയിൽ വാമനപുരാ ണത്തിലെ ഭാരതവർഷ സങ്കല്പത്തെ ഇങ്ങനെ സംഗ്രഹിക്കാം.

ഭൂഗോളം ജംബുദ്വീപം, പ്ലക്ഷദ്വീപം, ശാല്മലീദ്വീപം, കുശദ്വീപം, ക്രൗഞ്ചദ്വീപം, ശാകദ്വീപം, പുഷ്കരദ്വീപം എന്നിങ്ങനെ ഏഴ് ഭൂഖണ്ഡ ങ്ങളായി വിഭജിക്കപ്പെട്ടിരിക്കുന്നു. അതിൽ ജംബുദ്വീപത്തിലാണ് ഭാരതവർഷം സ്ഥിതിചെയ്യുന്നത്.[7] നടുവിൽ ഇളാവൃതം, കിഴക്ക് ഭദ്രാ സ്യം, കിഴക്കുതെക്ക് ഹിരണ്മാൻ, തെക്ക് ഭാരതം, തെക്കുപടിഞ്ഞാറ് ഹരി, പടിഞ്ഞാറ് കേതുമാലം, വടക്കുപടിഞ്ഞാറ് ചമ്പകം, വടക്ക് കുരു, വടക്കുകിഴക്ക് കിംപുരുഷം എന്നിങ്ങനെ ഒമ്പതു വർഷങ്ങളായി ജംബു ദ്വീപം കാണപ്പെടുന്നു. ഭാരതവർഷവും ഒമ്പതു ദ്വീപുകളുടെ സമാഹാ രമാണ്. ഇടയ്ക്കിടയ്ക്ക് സമുദ്രം സ്ഥിതിചെയ്യുന്നതുകൊണ്ട് ഇവ പരസ്പരം അഗമ്യങ്ങളത്രെ. ഇന്ദ്രദ്വീപം, കശേരുമാൻ, താമ്രപർണ്ണം, ഗഭസ്തിമാൻ, നാഗദ്വീപം, കടാഹം, സിംഹളം, വാരുണം, കുമാരം എന്നിവയാണ് ഈ ഒമ്പതു ദ്വീപുകൾ. ഇതിന്റെ കിഴക്കേ അതിർ ത്തിയിൽ കിരാതരും, പടിഞ്ഞാറ് യവനരും, തെക്ക് ആന്ധ്രരും, വടക്ക് തുരുഷ്കരും വസിക്കുന്നു.....[8] ഈ വിവരണങ്ങളിൽകൂടി കടന്നു പോകുന്ന ഏതൊരാൾക്കും ജൈന-ബൗദ്ധ-പുരാണ പ്രസിദ്ധമായ ജംബുദ്വീപവും ഭാരതവർഷവും കവികല്പനയുടെ മാസ്മരിക പ്രപഞ്ചം മാത്രമാണെന്ന് മനസ്സിലാക്കാൻ പ്രയാസമില്ല.

ജൈനസന്ന്യാസിയായ ഹേമചന്ദ്രൻ പന്ത്രണ്ടാം നൂറ്റാണ്ടിലെ ഴുതിയ *അഭിധർമ്മചിന്താമണി* എന്ന ഗ്രന്ഥത്തിൽ ഭാരതത്തെക്കുറിച്ച് അവ്യക്തമായ ചില പരാമർശങ്ങൾ കാണപ്പെടുന്നുണ്ട്. അദ്ദേഹം ഭാരതത്തെ *കർമ്മഭൂമി* എന്നാണ് വിശേഷിപ്പിച്ചിരിക്കുന്നത്. [9] *കർമ്മഭൂമി* എന്നതുകൊണ്ട് എന്താണ് വിവക്ഷയെന്ന് വ്യക്തമാക്കിയിട്ടില്ലെങ്കിലും *മനുസ്മൃതിയിൽ* കാണുന്ന ആര്യാവർത്തത്തിന്റെ സങ്കല്പമാണ് ഇവിടെ കടന്നുവരുന്നതെന്നു പറയാം. എന്നാൽ 1860 കൾക്കു ശേഷം ഭാരതവർഷസങ്കല്പം പ്രചുരപ്രചാരം നേടുകയുണ്ടായി. കൊളോ

ണിയൽ ഭരണക്രമവും അതിനെ പിൻപറ്റിയ ഓറിയന്റലിസ്റ്റുകളുടെ ഇടപെടലുമാണ് ഇതിനാക്കം കൂട്ടിയത്. പത്തൊമ്പതാം നൂറ്റാണ്ടിന്റെ ആദ്യഘട്ടങ്ങളിൽ, കൊളോണിയൽ ഭരണത്തിനെതിരെ ഉയർന്നുവന്ന സാമ്രാജ്യത്വ വിരുദ്ധസമരത്തിന്റെ വിവിധഘട്ടങ്ങളിൽ പതുക്കെ പതുക്കെ രൂപപ്പെട്ട ആധുനിക ഭാരതദേശീയത സ്വാതന്ത്ര്യാനന്തരം അറു പതുകളിലും എഴുപതുകളിലും അതിന്റെ പൂർണ്ണതയിലെത്തി എന്നു പറയാം.

ഈ വിവരണങ്ങളിൽനിന്നും നമുക്കെത്തിച്ചേരാവുന്ന നിഗമനം കൊളോണിയൽ ഭരണവും അതിനെതിരെ ഉയർന്നുവന്ന ജനമുന്നേറ്റവും സൃഷ്ടിച്ച ഭാരതത്തിനും ഇന്ത്യക്കും പകരംവെക്കാവുന്ന പദങ്ങളോ സങ്കൽപങ്ങളോ അല്ല പുരാണപ്രസിദ്ധമായ ഭാരതവർഷവും ആര്യാവർ ത്തവും ജംബുദ്വീപവും മറ്റും. ഇപ്രകാരം കവികൽപനയുടെ ഭാവനാവല്ലി യിൽ പൂത്തുലഞ്ഞ കുസുമദളങ്ങൾ എന്നതിലപ്പുറം ഈ കൽപനകൾക്ക് ചരിത്രത്തിൽ കാര്യമായ ഇടമില്ലെങ്കിലും, സാംസ്കാരിക ദേശീയതയുടെ അപ്പോസ്തലന്മാർ രൂപകൽപനചെയ്തെടുത്ത, ലോകത്തിന്റെ വ്യത്യ സ്ത പ്രദേശങ്ങളിൽ വിവിധ ജനപദ ങ്ങളെ കോളനികളാക്കി വികസിച്ച മഹാഭാരതമെന്ന കപട സങ്കൽപത്തെ അതിപുരാതനകാലത്ത് പ്രതിഷ്ഠി ക്കാൻ ഇവയ്ക്കു കഴിഞ്ഞിട്ടുണ്ടെന്നത് ഒരു വസ്തുതയാണ്. യുക്തിക്കും ചരിത്രത്തിനും അപ്പുറത്ത് പ്രതിഷ്ഠിക്കപ്പെട്ട ഇത്തരം സങ്കൽപങ്ങളെ അടിസ്ഥാനമാക്കിയാണ് ഹിന്ദുത്വവും അതിന്റെ സാംസ്കാരിക ദേശീയതയും ജനമനസ്സുകളിൽ ഇടംകണ്ടെത്തുന്നത്. [10]

II

ഇന്ത്യൻ സംസ്കാരത്തെക്കുറിച്ചു സംസാരിക്കുമ്പോൾ പുതിയ രാഷ്ട്രീയ വേദികളിൽനിന്നും ഉയർന്നു വന്ന ഹൈന്ദവ-ആർഷഭാരതീയ സങ്കൽപങ്ങളുടെ സത്ത എന്ന നിലയിൽ താരതമ്യേന അടുത്ത കാല ത്ത് അവതരിപ്പിക്കപ്പെട്ട *ഹിന്ദുത്വത്തെ* വിശകലനം ചെയ്യാതെ മുന്നോട്ടുപോകുവാൻ സാധിക്കാത്ത സാഹചര്യമാണ് ഇന്നുള്ളത്. 'സപ്തസിന്ധവഃ' എന്ന സങ്കൽപത്തിൽനിന്നും ആരംഭിച്ച് ഇന്ത്യ എന്ന യാഥാർത്ഥ്യത്തിലെത്തിനിൽക്കുന്ന നമ്മുടെ ഗതകാല പാരമ്പര്യത്തിന്റെ സാംസ്കാരിക ധാരയിൽ ഒരിടത്തും ഇടം ലഭിച്ചിട്ടില്ലാത്ത, ഉന്നയിക്ക പ്പെട്ടിട്ടില്ലാത്ത രാഷ്ട്രീയ സംജ്ഞയാണ് *ഹിന്ദുത്വം.* വേദങ്ങളിലും ബ്രാഹ്മണങ്ങളിലും ആരണ്യകങ്ങളിലും ഉപനിഷത്തുകളിലും, രാമായണ-മഹാഭാരതാദി ഇതിഹാസങ്ങളിലും പുരാണങ്ങളിലും ബുദ്ധ-ജൈന സാഹിത്യങ്ങളിലും സാംഖ്യ-വൈശേഷികാദി ദാർശനിക പാരമ്പര്യങ്ങളിലും സൂഫി-ഭക്തിപ്രസ്ഥാനങ്ങളിലും കാണുന്ന സമഗ്ര മായ ഭാരതീയത എന്ന ആശയം കാലഹരണപ്പെട്ടു എന്ന തോന്ന ലിൽനിന്ന് ഉയിരെടുത്ത ഈ പദം, ഇന്ത്യൻ പാരമ്പര്യത്തിന്റെ നാനാത്വ

ത്തിലെ ഏകത്വമെന്ന മുഖ്യധാരയെ നിഷേധിച്ചുകൊണ്ട് ഒരു പുതിയ ഏകശിലാധാരയെ സൃഷ്ടിച്ചെടുക്കാനുള്ള പണിപ്പെട്ട ശ്രമമെന്ന നിലയിലാണ് അടുത്ത കാലത്ത് പ്രചാരം നേടിയിട്ടുള്ളത്. ഹിന്ദുത്വ ത്തിന്റെ അപ്പോസ്തലന്മാരായി അറിയപ്പെടുന്ന ഏതാനും കർസേവകർ അതിന്റെ പൗരാണികതയെ പേർത്തും പേർത്തും വാഴ്ത്തിക്കൊണ്ട് നിരവധി പുസ്തകങ്ങൾ ഇതിനകംതന്നെ രചിച്ചുകഴിഞ്ഞിട്ടുണ്ട്. ചില സംസ്ഥാനങ്ങളിൽ മാത്രമല്ല, ഇന്ത്യയുടെ കേന്ദ്രസ്ഥാനത്തുതന്നെ അധികാരത്തിലേറുവാൻ ലഭിച്ച അവസരം അതിന്റെ പൂർണ്ണമായ സാദ്ധ്യതകളോടെ അവർ വിനിയോഗിക്കുകയും ചെയ്തു. ഇന്ത്യൻ ഗ്രാമങ്ങളിലും നഗരങ്ങളിലും ഇതിനകംതന്നെ സ്ഥാപിച്ചു കഴിഞ്ഞിട്ടുള്ള ആയിരക്കണക്കിന് സരസ്വതീ വിദ്യാലയങ്ങളിലൂടെ പിഞ്ചുമനസ്സുകളിൽ നവഹൈന്ദവീയതയുടെ പുതിയ തരംഗങ്ങളാണവർ സൃഷ്ടി ച്ചുകൊണ്ടിരിക്കുന്നത്. തങ്ങൾ ചെല്ലും ചെലവും കൊടുത്ത് വളർത്തിക്കൊണ്ടുവന്ന യുവത്വം ഗുജറാത്ത് കലാപത്തിൽ ചെയ്ത സേവനം അവർക്ക് നല്കിയ ആവേശം ഏറെ വലുതായിരുന്നു. തലമുറ തലമുറകളായി ഫലം ലഭിക്കണമെങ്കിൽ നിക്ഷേപിക്കേണ്ടത് പ്രൈമറി സ്കൂൾ തലംതൊട്ട് വേണമെന്ന് അവർ മനസ്സിലാക്കിയിരിക്കുന്നു. തള്ളക്കുരങ്ങിനെ കളിപഠിപ്പിക്കാനാകുമെന്ന വ്യാമോഹചിന്തയിൽ നിന്നും ഇനിയും രക്ഷപ്പെടാത്ത പുരോഗമന-ജനാധിപത്യശക്തികളും അവരുടെ ചിന്തകളും പുതിയ തലമുറയ്ക്ക് അന്യമാകുന്നത് ഗൗരവമായ വിശകലനം അർഹിക്കുന്നുണ്ട്. മേല്പറഞ്ഞ സരസ്വതീ വിദ്യാ ലയങ്ങളിലെ പാഠപുസ്തകങ്ങളായും, അവിടെ പഠിപ്പിക്കുന്ന അദ്ധ്യാ പകർക്ക് മാർഗ്ഗദർശനം നല്കുന്ന രേഖകളായും പ്രസിദ്ധീകരിക്കപ്പെട്ട പുസ്തകങ്ങളിലൂടെ ഇന്ത്യയുടെ ചരിത്രത്തെ വളച്ചൊടിച്ചും വക്രീ കരിച്ചും സമൂലം തിരുത്തിയും അവർ നവഹിന്ദുത്വത്തിന് ഊർജ്ജം പകർന്നുകൊണ്ടിരിക്കുന്നു. അത്തരം ഗ്രന്ഥങ്ങളിൽനിന്നുള്ള ഏതാനും ഉദ്ധരണികൾ ശ്രദ്ധിക്കുക:

'ഹിന്ദുത്വം വളരെ പ്രാചീനമായ മതമാണ്.... സനാതനധർമ്മം ഇന്ത്യയുടെ സാർവ്വലൗകികമായ ആത്മീയ പാരമ്പര്യമാണ്.'[11] 'വേദങ്ങൾ ലോകത്തെ ഏറ്റവും പ്രാചീനമായ ഗ്രന്ഥങ്ങളാണ്. സനാതന ധർമ്മം എന്നത് ഈ പൗരാണികതയെ ഉയർത്തിപ്പിടിക്കുന്നു... ചിന്താ സ്വാതന്ത്ര്യവും ആരാധനാരീതികളും ഹിന്ദുത്വത്തിൽ അനുപമമാണ്.... ഹിന്ദുത്വത്തിന്റെ ചരിത്രത്തിൽ അടിച്ചമർത്തലിനും പരസ്പരസ്പർ ദ്ധയ്ക്കും സംഘട്ടനത്തിനും സ്ഥാനമില്ല..... ഹിന്ദുത്വത്തിൽ മതവും ശാസ്ത്രവും ഒരിക്കലും സംഘട്ടനത്തിൽ ഏർപ്പെട്ടിരുന്നില്ല.'[12]

'ഹിന്ദുത്വ'ത്തിന്റെ വക്താക്കൾക്ക് ആവശ്യമായ ആവേശവും ഇന്ധനവും നല്കുന്ന ഇത്തരം ഉദ്ധരണികളിലെ മുഖ്യ ആശയങ്ങളെ ഇങ്ങനെ സംഗ്രഹിക്കാം.-ഹിന്ദുത്വം ഏറ്റവും പ്രാചീനമാണ്. സനാതന

ധർമ്മം അതിന്റെ ജീവനാണ്. ഏകതാനമായ ആരാധനാരീതിയും ചിന്താസ്വാതന്ത്ര്യവും 'ഹിന്ദുത്വ'ത്തിന്റെ പ്രത്യേകതയാണ്. 'ഹിന്ദുത്വ' ത്തിൽ മതവും ശാസ്ത്രവും പരസ്പരം സഹകരിച്ചും സഹവർത്തിച്ചും വർത്തിക്കുന്നു.

ഇതിലെ ഓരോ സങ്കല്പവും ചരിത്രപരമായും ഉള്ളടക്കപരമായും വിലയിരുത്തപ്പെടേണ്ടതുണ്ട്. 'സപ്ത സിന്ധവഃ' എന്ന പ്രാചീന ദേശസങ്കല്പം മുതൽ ഇന്ത്യ എന്ന ആധുനിക സങ്കല്പംവരെ നീണ്ടുനില്ക്കുന്ന ഭാരതീയത ഒരുകാലത്തും ഏകശിലാരൂപമാ യിരുന്നില്ല. അയ്യായിരത്തിലധികം വർഷത്തെ സാംസ്കാരികചരിത്രം ഇന്ത്യക്കുണ്ടെന്ന് ചരിത്രകാരന്മാർ അഭിപ്രായഭേദമെന്യേ അംഗീകരിച്ചിട്ടു ള്ളതാണ്. ഈ പാരമ്പര്യത്തിന്നിടയിൽ ഒരിക്കലും ഈ നാട് ഏകമത ത്തിലും ഏകഭാഷയിലും ഏകസംസ്കാരത്തിലും അധിഷ്ഠിത മായിരുന്നിട്ടില്ല. സംസ്കൃതഭാഷ സംസാരിച്ചുകൊണ്ട് ഇന്ത്യയിലെത്തിയ ആര്യസമൂഹം വ്യത്യസ്ത ഗോത്രങ്ങളിൽപെട്ടവരായിരുന്നു. അവർ ഇവിടെയെത്തിയപ്പോൾ വ്യത്യസ്ത പ്രാകൃതഭാഷകൾ സംസാരി ക്കുന്നവരും വ്യത്യസ്ത ദ്രാവിഡഭാഷകൾ സംസാരിക്കുന്നവരും വ്യത്യ സ്ത കുല-ഗോത്ര സാംസ്കാരമുള്ളവരുമായ ജനസമൂഹമാണ് ഇവിടെ ഉണ്ടായിരുന്നത്. പിന്നീട് വൈദികബ്രാഹ്മണരെന്നും ശ്രമണരെന്നും (ബൗദ്ധ-ജൈന-ആജീവക-വ്രാത്യാദികൾ) അറിയപ്പെടുന്നവരും ലോകായതരും സാംഖ്യ-ന്യായ-വൈശേഷിക-പഞ്ചരാത്രാദി ദർശന ങ്ങളിലും ധർമ്മാനുഷ്ഠാനങ്ങളിലും വിശ്വസിക്കുന്നവരും ഇവിടെ ആവിർഭ വിച്ചു. മുസ്ലീമുകളും ക്രിസ്ത്യാനികളും സിഖുകാരും മറ്റനവധി വൈദേ ശിക മതാനുഷ്ഠാനക്കാരും പിന്നീട് രംഗത്തുവന്നു. ഇവരുടെയെല്ലാം ഭാഷയും സംസ്കാരവും ജീവിതരീതിയും വ്യത്യസ്തങ്ങളായിരുന്നു. ഇവരുടെയെല്ലാം സംഭാവനകളുടെ സഞ്ചിതരൂപമാണ് – നാനാത്വത്തിലെ ഏകത്വമാണ് ആധുനിക ഇന്ത്യയുടെ മുഖമുദ്ര.

ഇന്ത്യൻ പാരമ്പര്യത്തിലെ ഈ നാനാത്വത്തെ നിഷേധിച്ചുകൊ ണ്ടാണ് ഹിന്ദുത്വത്തിന്റെ ആവിർഭാവം. എന്നാൽ, ഇന്ത്യൻ പാരമ്പ ര്യത്തിൽ ഒരിടത്തും ഹിന്ദു എന്ന പദം പോലും നമുക്കു കണ്ടെത്താനാ യിട്ടില്ല എന്നതാണ് വസ്തുത. വേദ-ഇതിഹാസ-പുരാണ പാരമ്പര്യ ങ്ങളിലോ, പാണിനി-പതഞ്ജലി-കാത്യായനാദികളുടെ വ്യാകരണ പാരമ്പര്യങ്ങളിലോ, അശോകന്റെ ധർമ്മശാസനങ്ങളിലോ, ആസ്തിക-നാസ്തിക ദാർശനിക പാരമ്പര്യങ്ങളിലോ, ഭാസ-കാളിദാസാദികളുടെ ക്ലാസിക്കൽ സംസ്കൃത പാരമ്പര്യങ്ങളിലോ, കാണാത്ത പദമാണ് ഹിന്ദു. ഹിന്ദുത്വത്തിലെ ഹിന്ദു എന്ന പദം പോലും ഇന്ത്യനല്ലെന്ന ചരിത്ര യാഥാർത്ഥ്യം ബോധപൂർവ്വം മറച്ചുവെച്ചുകൊണ്ടാണ് ഇത്തരമൊരു സങ്കല്പം ചിലർ ഇവിടെ വാർത്തെടുത്തിരിക്കുന്നത്.

'ഈ വാക്ക് പ്രാചീനരായ പേർഷ്യക്കാർ സിന്ധുനദിക്കു നല്കിയ

പേരാണ്. സംസ്കൃതത്തിലുള്ള സകാരമെല്ലാം പ്രാചീനപേർഷ്യൻ ഭാഷയിൽ ഹകാരമായി മാറുന്നു. അങ്ങനെ സിന്ധു ഹിന്ദുവായി' എന്നാണ് സ്വാമി വിവേകാനന്ദൻ രേഖപ്പെടുത്തിയിരിക്കുന്നത്. [13] അതെ, ഹിന്ദു എന്ന പദം പേർഷ്യക്കാരുടെ സംഭാവനയാണ്. സംസ്കൃതഭാഷയിലുള്ള സകാരം പേർഷ്യൻ ഭാഷയിൽ ഹകാരമായി മാറുന്നു. അതിൻപ്രകാരം സിന്ധു എന്നതിന്റെ പേർഷ്യൻ രൂപമാണ് ഹിന്ദു. ആദ്യമായി ഈ പദം പ്രത്യക്ഷപ്പെടുന്നത് സുപ്രസിദ്ധമായ 'ആർക്കേമിനിഡ്' ലിഖിതത്തിലാണ്. അതിൽ പേർഷ്യക്കാർ ഇന്ത്യക്കുനല്കിയ പേരാണ് 'അൽഹിന്ദ്'. പിന്നീട് അറബികളും അത് ആവർത്തിച്ചു. മറ്റുചിലർ 'ഇന്തു' എന്നും 'ഇന്ത്' എന്നും ഉച്ചരിച്ച ഈ പദം പാശ്ചാത്യരുടെ വരവോടെ ആധുനിക നാമമായ ഇന്ത്യ എന്നായി മാറുകയും ചെയ്തു.

ഒരു പ്രത്യേക മതവിഭാഗമെന്നനിലയിൽ ഹിന്ദു എന്ന പദം അവ്യക്തമായിട്ടാണെങ്കിലും ആദ്യം പ്രയോഗിച്ചത് ക്രിസ്തുവർഷം 1030 ൽ ഇന്ത്യ സന്ദർശിച്ച അക്ബറുണിയാണെന്ന് രേഖകൾ സാക്ഷ്യപ്പെടുത്തുന്നു. [14] അൽബറുണിക്കു ശേഷം വിദേശീയരായ ചില മുസ്ലീം ചരിത്രകാരന്മാരും ഹിന്ദു എന്ന പദം അവരുടെ ഗ്രന്ഥങ്ങളിൽ പ്രയോഗിച്ചിട്ടുണ്ടെങ്കിലും അവർക്കാർക്കെങ്കിലും വ്യക്തമായ കാഴ്ചപ്പാട് ഇക്കാര്യത്തിൽ ഉണ്ടായിരുന്നു എന്ന് പറയാൻ കഴിയില്ല. ചിലർ ഹിന്ദു എന്നതുകൊണ്ട് ബ്രാഹ്മണരെയാണ് ഉദ്ദേശിച്ചതെങ്കിൽ മറ്റുചിലർ മുസ്ലീം ജനവിഭാഗങ്ങളൊഴിച്ചുള്ള മുഴുവൻ ആളുകളെയും കുറിക്കുന്നതിനാണ് ഈ പദം പ്രയോഗിച്ചിരിക്കുന്നത്.

ഇവിടെ ശ്രദ്ധേയമായ മറ്റൊരു വസ്തുത പതിനാലാം നൂറ്റാണ്ടുവരെ ഒരൊറ്റ ഇന്ത്യക്കാരനും ഹിന്ദു എന്ന പദം ഇന്ത്യയിൽ ജനിച്ചവരെയോ ഇന്ത്യയിലെ ഏതെങ്കിലും മതത്തിൽപെട്ടവരെയോ കുറിക്കാൻ പ്രയോഗിച്ചിട്ടില്ല എന്നതാണ്. ആദ്യമായി ഈ പദത്തിന്റെ ഇന്ത്യൻ പ്രയോഗം കാണുന്നത് ഒന്നാം വിജയനഗരസാമ്രാജ്യത്തിലെ രണ്ടാമത്തെ രാജാവായിരുന്ന ബുക്കരായൻ ഒന്നാമന്റെ ശിലാശാസനങ്ങളിലാണ്. *ഹിന്ദുരാജാക്കന്മാരിലെ സുൽത്താൻ* എന്ന അർത്ഥത്തിൽ '*ഹിന്ദുരായസു രാഷ്ട്രാണ*' എന്നാണ് 1352 ശാസനത്തിൽ (എ ഡി 1430) പ്രയോഗിച്ചിരിക്കുന്നത്. ഇത് ഒരു ബിരുദമായി അദ്ദേഹത്തിന്റെ പിൻഗാമികൾ ദീർഘകാലം ഉപയോഗിക്കുകയും ചെയ്തിരുന്നു. [15] മറ്റു ചില രാജാക്കന്മാരും ഇതേ ടൈറ്റിൽ പിന്നീട് ഉപയോഗിച്ചിട്ടുള്ളതായി ചരിത്രരേഖകളിൽ കാണാവുന്നതാണ്. വിദ്യാപതി, കബീർ, ഏകനാഥ്, അനന്തദാസ്, തുടങ്ങി 15-16 നൂറ്റാണ്ടുകളിലെ ഭക്തിപ്രസ്ഥാനത്തിന്റെ നായകരുടെ കൃതികളിൽ നിലനില്ക്കുന്ന ബ്രാഹ്മണ-പൗരോഹിത്യത്തിന്റെ പ്രതീകമെന്ന നിലയിൽ ഈ പദം അല്പാല്പമായി കടന്നുവരുന്നുണ്ട്.

പത്തൊമ്പതാം നൂറ്റാണ്ടിന്റെ ആരംഭംവരെ ഇത്തരം അപൂർവ്വ പരാ

മർശങ്ങളല്ലാതെ ഹിന്ദു എന്ന പദം ഇന്ത്യൻ പനോരമയിൽ ഒരിടത്തും മുഖ്യധാരയിൽ ഇടം നേടിയിട്ടില്ല. പത്തൊമ്പതാം നൂറ്റാണ്ടിന്റെ ആരംഭത്തിൽ ജോൺമ്യൂറിന്റെ നേതൃത്വത്തിൽ ക്രൈസ്തവരും ബ്രാഹ്മണ-പുരോഹിത മതമേധാവികളുമായി നടന്ന സംഘർ ഷസംവാദങ്ങൾ ഏറെ ശ്രദ്ധിക്കപ്പെടുകയുണ്ടായി. ഇവരുടെ ഈ സംവാദങ്ങളിലൂടെയാണ് ഹിന്ദു എന്ന പദം പതുക്കെ പതുക്കെ ഇന്ത്യൻ മണ്ണിൽ കാലുറപ്പിക്കുന്നത്. ഇക്കാലഘട്ടത്തിൽ താരാനാഥ തർക്കവാ ചസ്പതി ഭട്ടാചാര്യർ (1811–1885) തയ്യാറാക്കിയ *വാചസ്പത്യം* എന്ന ബൃഹത് സംസ്കൃതാഭിധാനകോശത്തിലും രാധാ കാന്ത ദേബിന്റെ (1783–1867) *ശബ്ദകല്പദ്രുമ*ത്തിലും 'ഹീനം ദുഷ്ഷയതി ഇതി ഹിന്ദു' എന്ന നിരുക്തിയോടെ ഈ പദത്തെ ഉൾക്കൊള്ളുന്നുണ്ടെങ്കിലും ഉദാ ഹരിക്കാൻ പ്രസിദ്ധമായ ആധികാരിക ഗ്രന്ഥങ്ങളൊന്നും കണ്ടെത്തുക യുണ്ടായില്ല.

ഇതിൽനിന്നെല്ലാം വ്യക്തമാകുന്നത് 'പ്രീകൊളോണിയൽ' കാലഘട്ടത്തിൽപോലും ഹിന്ദുവെന്നോ ഹിന്ദു ധർമ്മമെന്നോ ഇന്നുകാണുന്ന സങ്കല്പം രൂഢമൂലമായിരുന്നില്ല എന്നാണ്. ഹിന്ദു എന്ന പദം അപൂർവ്വമായി കാണപ്പെട്ടിരുന്നുവെങ്കിലും പതിനെട്ടാം നൂറ്റാണ്ടിന്റെ അവസാനത്തിലും പത്തൊമ്പതാം നൂറ്റാണ്ടിന്റെ ആരംഭത്തിലുമാണ് ഈ പദം ഇന്നത്തെ അർത്ഥത്തിലേക്ക് പരിവർത്തനം ചെയ്യപ്പെട്ടത്. അതിന് ആക്കം കൂട്ടിയത് ബ്രിട്ടീഷ് സാമ്രാജ്യത്വമായിരുന്നു. നൂറ്റാണ്ടുകളായി ഇന്ത്യയിൽ നിലനില്ക്കുന്ന അതിവിപുലമായ പുരാവൃത്തങ്ങളും വിശ്വാസങ്ങളും ആചാരാനുഷ്ഠാനങ്ങളും ഒരു മതത്തിന്റെ ചട്ടക്കൂട്ടിലേക്ക് ആവാഹിച്ച് ഈ പാരമ്പര്യങ്ങളെ മുഴുവൻ ഒരു കുടക്കീഴിൽ കൊണ്ടുവരാനുള്ള പൗരസ്ത്യ വാദക്കാരുടെ പരിശ്രമത്തിന്റെ വിശ്രാന്തി എന്ന നിലയിലാണ് 'ഹിന്ദുയിസം' രൂപപ്പെട്ടത്. ഇക്കാര്യത്തിൽ ബ്രിട്ടീഷ് പണ്ഡിതന്മാരായ ചാൾസ് ഗ്രാന്റ്, ജോൺ തോമസ്, വില്യം ജോൺസ് തുടങ്ങിയ പണ്ഡിതന്മാരുടെ ബോധപൂർവ്വമായ ഇടപെടലുകളും ശ്രദ്ധിക്കപ്പെടേണ്ടതാണ്. കോളനികളിൽനിന്ന് അസംസ്കൃതവസ്തു ക്കൾ ശേഖരിച്ച് സ്വന്തം നാട്ടിൽ കൊണ്ടുപോയി പുതിയ ഉല്പന്നങ്ങളാക്കി തിരികെ കോളനികളിലെത്തിച്ച് വിറ്റ് പണമുണ്ടാക്കുന്ന ശൈലിതന്നെയാണ് ഇക്കാര്യത്തിലും ബ്രിട്ടീഷുകാർ പ്രയോഗിച്ചത്. ഹിന്ദു എന്ന പദം ഇന്ത്യയിൽനിന്നും പെറുക്കിയെടുക്കുകയും മതപരമായ പുതിയ അർത്ഥവും പരിവേഷവും പ്രാധാന്യവും അതിനു നല്കി തിരികെ ഇന്ത്യക്കാർക്കു തന്നെ അവർ വിതരണം ചെയ്തു. ആധുനിക ഹിന്ദുവിന്റെയും ഹിന്ദുയിസത്തിന്റെയും ചരിത്രം ഇവിടെ തുടങ്ങുന്നു. പാശ്ചാത്യരും പൗരസ്ത്യരുമായ നിരവധി പണ്ഡിതന്മാർ ഇക്കാര്യം വ്യക്തമാക്കിയിട്ടുണ്ട്. കൊളോണിയൽ ഭരണക്രമത്തിൽ തുടർന്നു നടന്ന സെൻസസ്സിൽ ഇന്ത്യൻ ജനതയെ മുസ്ലീമുകൾ,

ക്രിസ്ത്യാനികൾ, ഹിന്ദുക്കൾ എന്നിങ്ങനെ അവർ തരംതിരിച്ചു. അങ്ങനെ മുസ്ലീം, ക്രൈസ്തവ മതവിഭാഗങ്ങളെപോലെ ഹിന്ദുമതവും അന്തർദ്ദേശീയ തലത്തിൽ അംഗീകാരം നേടി.

III

ക്രൈസ്തവ പാതിരിമാരുടെ ചിന്തകളിലൂടെ കൊളോണിയൽ ഭരണാധികാരികളുടെ കൈത്താങ്ങുമായി ചരിത്രത്തിന്റെ മുഖ്യധാരയി ലെത്തപ്പെട്ട ഹിന്ദുമതം പത്തൊമ്പതാം നൂറ്റാണ്ടുവരെ സനാതനധർ മ്മമാണെന്നും മാലോകർ അറിഞ്ഞിരുന്നില്ല. ഒരു തരത്തിലുള്ള നിർവ്വച നത്തിനും ഒതുങ്ങികൊടുക്കാത്ത ധർമ്മമെന്ന സങ്കല്പത്തോടൊപ്പം സനാതനവും കൂടിച്ചേർന്നതോടെ കുഴഞ്ഞുമറിഞ്ഞ ഈ പദം നിരവധി തലത്തിലും തരത്തിലും വ്യാഖ്യാനിക്കപ്പെട്ടിട്ടുണ്ട്. പഴമക്കാർ മാത്രമല്ല, ഹിന്ദുത്വത്തിന്റെ വക്താക്കളും നവോത്ഥാന നായകരും യാഥാസ്ഥിതികരും ഒരുപോലെ ഈ പദത്തെ സ്വീകരിക്കുകയുണ്ടായി. എന്നാൽ സനാതനധർമ്മത്തിന്റെ സ്ഥായിയായ ഭാവം നവോത്ഥാനത്തെ പ്രതിരോധിക്കുക എന്നതാണെന്ന വസ്തുത തിരിച്ചറിയാതെ പോകുന്നത് വിമർശിക്കപ്പെടേണ്ടതാണ്. ഈ പദം ആദ്യം പ്രത്യക്ഷ പ്പെടുന്നത് ബൗദ്ധസാഹിത്യത്തിലാണ്.

ശമിക്കില്ലിങ്ങു വൈരങ്ങൾ വൈരംകൊണ്ടൊരു കാലവും
ശമിക്കും സൗഹൃദത്താൽ താനിതു ധർമ്മം സനാതനം[16]

വെറുപ്പും ശത്രുതയും സ്നേഹത്താൽ അലിഞ്ഞില്ലാതാകുന്നതാണ് സനാതനധർമ്മം. *മഹാഭാരതത്തിൽ* പലയിടങ്ങളിലും പരസ്പരം ഒരു ബന്ധവുമില്ലാത്ത പല ആശയങ്ങളെയും 'ഏഷധർമ്മസ്സനാതനഃ'– ഇതാണ് സനാതനധർമ്മം എന്നിങ്ങനെ ആവർത്തിച്ചിട്ടുണ്ട്. *മഹാഭാ രതത്തിൽതന്നെ* മറ്റൊരിടത്ത് ശ്വേത കേതുവിന്റെ ഒരു കഥയുണ്ട്– ശ്വേതകേതുവിന്റെ അമ്മയെ ഒരു ബ്രാഹ്മണൻ പിടിച്ചുകൊണ്ടു പോയി ബലാൽക്കാരം ചെയ്തു. തന്റെ അമ്മയെ ലൈംഗികമായി പീഡിപ്പിച്ച ബ്രാഹ്മണനെ വധിക്കുവാൻ ആയുധമേന്തിയ പുത്രനെ പിതാവ് തടഞ്ഞു. കാരണം അത് സനാതനധർമ്മമത്രേ! (ഏഷധർമ്മസ്സനാതനഃ). ഈ സനാതനധർമ്മത്തെ ഉന്മൂലനം ചെയ്ത് ഏകപത്നീവ്രതം സ്ഥാപിച്ചത് ശ്വേതകേതുവാണത്രേ. (*മഹാഭാരതം.* I. 113) *ഭഗവദ്ഗീതയിൽ* കുലധർമ്മത്തെയാണ് സനാതനമെന്ന് പ്രകീർത്തിക്കുന്നത്.(I. 40) കൃഷ്ണനെ 'ശാശ്വതധർമ്മഗോപ്താ സനാതനഃ' എന്ന് ഗീത അഭിസംബോധന ചെയ്യുന്നുണ്ട്. (XI.18) കൃഷ്ണൻ ചെയ്തതാകട്ടെ കുലധർമ്മത്തെ തകർത്ത് വർണ്ണധർമ്മത്തെ സ്ഥാപിക്കുകയാണ്.[17] പൗരാണികകാലത്തെ നിയമവിധാതാവ് എന്ന് പ്രകീർത്തിക്കപ്പെടുന്ന മനുവിനെ സംബന്ധിച്ചിടത്തോളം സനാതനധർമ്മം എന്നു പറയുന്നത്

രാജ്യത്തിനും ജാതികൾക്കും കുടുംബാംഗങ്ങൾക്കും നിർവ്വഹിക്കാനുള്ള വർണ്ണനിഷ്ഠമായ ആചാരാനുഷ്ഠാന വിധികളാണ്.[18] ഇതിനേക്കാ ളപ്പുറമാണ് പുരാണങ്ങളുടെ സനാതനധർമ്മസങ്കല്പം. ആർത്തിയും അതിരുകടന്ന ആഗ്രഹവുമില്ലാതെ ഇതരജീവികളോട് അനുക മ്പാർദ്രമായ സമീപനം, ആരെയും ദ്രോഹിക്കാതിരിക്കുക, ഇന്ദ്രിയനി ഗ്രഹം, ബ്രഹ്മചര്യം, തപസ്സ്, പരിശുദ്ധി, ക്ഷമ എന്നിവയാണ് മത്സ്യപുരാ ണത്തിൽ പറയുന്ന സനാതനധർമ്മം.

അദ്രോഹശ്ചാപ്യലോഭശ്ച ദമോ ഭൂതദയാ ശമഃ
ബ്രഹ്മചര്യം തപഃ ശൗചം അനുക്രോശം ക്ഷമാ ധൃതിഃ
സനാതനസ്യ ധർമ്മസ്യ മൂലമേവ ദുരാസദം. (143. 31–32)

ചില പദങ്ങൾ പകരം വെച്ചുകൊണ്ട് *ബ്രഹ്മാണ്ഡപുരാണം* ഇതേ കാര്യങ്ങൾതന്നെ ആവർത്തിക്കുന്നു. (II. 31. 37-38) *വരാഹപു രാണത്തിൽ* വരാഹത്താൽ പ്രോക്തമായ ധർമ്മമാണ് സനാതനധർമ്മം. (126. 7) *ശിവപുരാണത്തിൽ* ജ്ഞാന–ക്രിയാ–ചര്യാ–യോഗങ്ങളെ അടി സ്ഥാനമാക്കിയുള്ള ശിവപ്രോക്തമായ ചിന്തകളാണ് സനാതനധർമ്മം.

ജ്ഞാനം ക്രിയാ ച ചര്യാച യോഗശ്ചേതി സുരേശ്വരി
ചതുഷ്പാദഃ സമാഖ്യാതോ മമ ധർമ്മഃ സനാതനഃ
പശുപാശപതിർജ്ഞാനം ജ്ഞാനമിത്യഭിധീയതേ.
ഷഡധശുദ്ധിർവിധിനാ ഗുർവധീനാ ക്രിയോച്യതേ.
വർണ്ണാശ്രമപ്രയുർഗ്ഗ്യ മയൈവ വിഹിതസ്യ ച
മമാർച്ചനാദി ധർമ്മസ്യ ചര്യാ ചര്യേതി കഥ്യതേ.
മദുക്തേനൈവ മാർഗേണ മയ്യവസ്ഥിതചേതസഃ
വൃത്യന്തരനിരോധോ യോ യോഗ ഇത്യഭിധീയതേ.

(ജ്ഞാനം, ക്രിയാ, ആചാരം, യോഗം ഇങ്ങനെ നാല് കാലുകളോടു കൂടിയതാണ് സനാതനധർമ്മം. പശുപാശപതിയെക്കുറിച്ചുള്ള അറിവിനെ ജ്ഞാനമെന്നു പറയുന്നു. ഗുരു നിർദ്ദിഷ്ടമായ ഷഡധാവി ലൂടെ സഞ്ചരിക്കുന്നത് ക്രിയ. വർണ്ണാശ്രമങ്ങൾക്ക് ഞാൻ വിധിച്ചിട്ടുള്ള നിയമങ്ങളെ സ്വീകരിച്ച്, എന്നെ അർച്ചിച്ചുകൊണ്ടുള്ള ജീവിതചര്യക്ക് ആചാരം എന്നു പറയുന്നു. ഞാൻ നിർദ്ദേശിച്ച മാർഗ്ഗത്തിൽക്കൂടി, എന്നിൽ മനസ്സർപ്പിച്ച് മറ്റ് യാതൊരു വഴിക്കും അതിനെ വിടാതെ ഏകാഗ്രമാക്കി നിർത്തുന്നതിനെ യോഗമെന്നു പറയുന്നു. VII. 2. 10. 30-33)

ഇപ്രകാരം, സർവ്വസമ്മതമായ ഒരു സങ്കല്പത്തെ അസാദ്ധ്യ മാക്കിക്കൊണ്ട് എല്ലാ ഗ്രന്ഥങ്ങളും സനാതനധർമ്മത്തെ അവരുടേതായ തലങ്ങളിൽ വിവരിക്കുന്നു. എന്നാൽ വരികൾക്കിടയിലൂടെ അന്വേ ഷിക്കുകയാണെങ്കിൽ ചാതുർവർണ്ണ്യാധിഷ്ഠിതമായ ശ്രുതി-സ്മൃതി

സമ്മതമായ ആചാരാനുഷ്ഠാനങ്ങളാണ് സനാതനധർമ്മമെന്ന പേരിൽ ആഘോഷിക്കപ്പെടുന്നത് എന്നു കാണാം.

എന്നാൽ, പത്തൊമ്പതാം നൂറ്റാണ്ടോടുകൂടി ഈ പദത്തിനു കൈവന്ന പ്രത്യേക പരിവേഷം ശ്രദ്ധിക്കപ്പെടേണ്ടതാണ്. അതാതു കാലഘട്ടങ്ങളിൽ നിലനിന്നിരുന്ന ചാതുർവർണ്ണ്യാധിഷ്ഠിതമായ ശ്രുതി-സ്മൃതി സമ്മതമായ ആചാരാനുഷ്ഠാനങ്ങൾ എന്ന നില വിട്ട് അനാദി യായ, ശാശ്വതമായ, സാർവ്വജനീനമായ, അലൗകികമായ തലത്തിലേക്ക് ഈ പദം ഉയരുകയുണ്ടായി. ഇന്ത്യൻ ജനതയുടെ അഭിമാനത്തെയും പാരമ്പര്യത്തെയും ഉണർത്തി, ക്രൈസ്തവതയെ പ്രതിരോധിക്കുന്നതിന് നവോത്ഥാനകാലഘട്ടം ഏറ്റെടുത്ത ഏറ്റവും വലിയ ഊർജ്ജസ്രോത സ്സായി ഈ പദം മാറി.

IV

ഹിന്ദുമതം സനാതനമാകുന്നത് അത് വേദമാകുന്ന ധർമ്മമൂല ത്തിൽ അധിഷ്ഠിതമായതുകൊണ്ടാണെന്നത്രെ പ്രസിദ്ധി. ഇത് യാഥാസ്ഥിതികരായ ഹിന്ദുമതമൗലികതാവാദികളുടെ മാത്രം അഭിപ്രായമല്ല, ഗൗരവമായി മതപഠനങ്ങൾ നടത്തിയിട്ടുള്ള മറ്റുചില രുടെയും അഭിപ്രായമാണ്. വേദ-ഋഷി പാരമ്പര്യത്തിന്റെ അടിത്തറയിൽ പടുത്തുയർത്തപ്പെട്ട മാറ്റമില്ലാത്ത പല ദാർശനികചിന്തകളും ഉൾക്കൊ ള്ളുന്ന ഒരു മതമായി ഇവർ ഹിന്ദുമതത്തെ കാണുന്നു. ഇന്ത്യൻ പാരമ്പ ര്യത്തിൽ ഋഷിമാർ ധർമ്മത്തെ സാക്ഷാൽക്കരിച്ചവരും മന്ത്രദ്രഷ്ടാ ക്കളുമാണ്.[19] വേദം ധർമ്മമൂലമാണ്.[20]. അത് പിതൃക്കൾ, ദേവന്മാർ, മനുഷ്യർ എന്നിവരുടെ കണ്ണായ കണ്ണാണ്. വേദബാഹ്യമായ സ്മൃതി കളും സിദ്ധാന്തങ്ങളും നിഷ്ഫലങ്ങളാണ്, അവയിൽ നിറഞ്ഞിരിക്കുന്നത് ഇരുട്ടുമാത്രമാണ്.

(പിതൃ-ദേവ-മനുഷ്യാണാം വേദചക്ഷുസ്സനാതനം......
യാ വേദബാഹ്യാഃ സ്മൃതയോ യാശ്ച കാശ്ച ദൃഷ്ടയഃ.
സർവ്വാസ്താ നിഷ്ഫലാഃ പ്രേത്യ തമോ നിഷ്ഠാ ഹി താഃ
സ്മൃതഃ. മനുസ്മൃതി. XII. 94–95)

ഇന്ത്യൻ പാരമ്പര്യത്തിൽ ശ്രുതികളും അവയെ പിൻപറ്റുന്ന സ്മൃതികളും ചോദ്യം ചെയ്യപ്പെടാത്ത അധികാരസ്ഥാനങ്ങളായി പിന്നീട് മാറി. വേദ-സ്മൃതി ഗ്രന്ഥങ്ങളുടെ ആധികാരികത പില്ക്കാലത്ത് എഴുതപ്പെട്ട കൃതികളിലൂടെ സുദൃഢമാക്കി. മനു പ്രഖ്യാപിക്കുന്നു-" സ്മൃതിയിൽ പറഞ്ഞിരിക്കുന്ന കാര്യങ്ങൾ വേദത്താൽ പറയപ്പെട്ടതാ ണെന്ന് മനസ്സിലാക്കി സ്വന്തം ധർമ്മത്തെ അനുഷ്ഠിക്കേണ്ടതാണ്. ശ്രുതികളെയും സ്മൃതികളെയും തർക്കശാസ്ത്രയുക്തികൊണ്ട് ആക്ഷേ പിക്കരുത്. യാതൊരുവൻ ധർമ്മമൂലങ്ങളായ ഇവയെ തർക്കശാസ്ത്ര യുക്തിയാൽ അപമാനിക്കുന്നുവോ അവൻ മഹാന്മാരാൽ ബഹിഷ്കരി

ക്കപ്പെടേണ്ടവനാണ്. വേദത്തെ നിന്ദിക്കുന്നവൻ നാസ്തികനാണ്."
സർവ്വന്തു സമവേക്ഷ്യേദം നിഖിലം ജ്ഞാനചക്ഷുഷാ
ശ്രുതിപ്രാമാണ്യതോ വിദ്വാൻ സ്വധർമ്മ നിവിശേത വൈ.............
യോവമന്യേത തേ മൂലേ ഹേതുശാസ്ത്രാശ്രയാ ദ്വിജഃ
സ സാധുഭിർ ബഹിഷ്കാര്യോ നാസ്തികോ വേദനിന്ദകഃ.

(മനുസ്മൃതി, II. 8–11)

വേദവുമായി വ്യക്തമായ യാതൊരു ബന്ധവുമില്ലെങ്കിലും പില്ക്കാ
ലത്ത് രൂപപ്പെട്ട പല ദാർശനിക ശാഖകളും തങ്ങൾ വേദത്തെ പ്രമാണ
മായി അംഗീകരിക്കുന്നവയാണ് എന്ന് പ്രഖ്യാപിക്കുന്നത് ഈ ചരിത്ര
പശ്ചാത്തലത്തിലാണ്. ചിലർക്ക് അത് നിലനില്പിന്റെ തന്ത്രം കൂടിയായി
രുന്നു. വേദവുമായി ആത്മബന്ധമുണ്ടെന്നു പറയാവുന്ന മീമാംസകരും
അദ്വൈത വേദാന്തിയായ ശ്രീശങ്കരനും വേദത്തിന്റെ ആധികാരികതയെ
പേർത്തും പേർത്തും പ്രഖ്യാപിക്കുന്നുണ്ട്. വേദങ്ങൾ ഋക്-യജുസ്-
സാമം-അഥർവം എന്നിവയാണ്. ഈ വേദങ്ങളെയാണോ ഇവർ
പ്രമാണങ്ങളായി പ്രഖ്യാപിക്കുന്നത് എന്നു ചോദിച്ചാൽ പ്രശ്നമാണ്.
കാരണം ഈ വേദങ്ങളെ ഇവരാരും പ്രമാണങ്ങളായി അംഗീകരിക്കു
ന്നില്ല. ഋക്-യജുസ് -സാമം-അഥർവ്വം മുതലായ വേദങ്ങൾക്കുശേഷം
പ്രത്യേക രാഷ്ട്രീയ-സാമൂഹ്യ-സാമ്പത്തിക താല്പര്യങ്ങളോടെ
രചിക്കപ്പെട്ട ബ്രാഹ്മണങ്ങളെയാണ് മീമാംസകർ പ്രമാണങ്ങളായി
പ്രഖ്യാപിക്കുന്നത്. വേദാന്തികളാകട്ടെ അവയ്ക്കുശേഷം രചിക്കപ്പെട്ട
ഉപനിഷത്തുകളെയും. ഇവയൊക്കെ വേദങ്ങളാണെന്ന് ഇവർ
പരസ്യപ്പെടുത്തുകയും ചെയ്തിട്ടുണ്ട്. വേദമെന്ന സങ്കല്പത്തിനു ലഭിച്ച
പ്രാമാണ്യവും അംഗീകാരവും അധികാരവും തന്നെയാണ് അഞ്ചാമ
തൊരു വേദം കല്പിച്ചുണ്ടാക്കുവാൻ പുരോഹിത മേധാവിത്വത്തെ
പ്രേരിപ്പിച്ചതെന്നു പറയാം. [21]

എന്നാൽ വേദപ്രാമാണ്യം വൈദികർക്കിടയിൽതന്നെ അപ്രതിരോ
ദ്ധ്യമായ നിലയിൽ വർത്തിച്ചിരുന്നില്ല എന്ന വസ്തുതയും ശ്രദ്ധിക്കപ്പെ
ടേണ്ടതാണ്. *ഋഗ്വേദത്തിൽതന്നെ* ഇത്തരം കെട്ടുകഥകളെ പൊട്ടിക്കുന്ന
ഗാനങ്ങൾ കാണാൻ കഴിയും.

ഋഗ്വേദത്തിലെ പ്രസിദ്ധമായ തവളസൂക്തം (VII. 103) ബ്രാഹ്മ
ണരുടെ വേദമന്ത്രോച്ചാരണത്തെ പരിഹസിക്കുന്നതാണെന്ന് പലരും
ചൂണ്ടിക്കാണിച്ചിട്ടുണ്ട്.[22] വേദത്തിൽ വിവരിക്കുന്ന സൃഷ്ടിവാദത്തെ
അതേ സൂക്തത്തിൽതന്നെ സംശയത്തിന്റെ നിഴലിലേക്ക്
തള്ളിവിടുന്നതും (X. 129. 7) ഋഗ്വേദത്തിലെ പ്രധാന ദേവതയായ ഇന്ദ്രനെ
പോലും ചോദ്യം ചെയ്യുന്നതും (VIII. 100. 3, XI. 12. 5) ഈ പ്രവണത
കളുടെ മകുടോദാഹരണങ്ങളാണ്. യജ്ഞത്തിന്റെ ഫലത്തെക്കുറിച്ചുള്ള
ആശങ്ക നിരവധി മന്ത്രങ്ങളിൽ രേഖപ്പെടുത്തിയിരിക്കുന്നതും ഇവിടെ
കൂട്ടിവായിക്കാവുന്നതാണ്.[23] വേദത്തിന്റെ ആധികാരികതയെ

ഉപനിഷത്തുകളിലും ചോദ്യം ചെയ്യപ്പെട്ടിട്ടുണ്ട്. നാലുവേദങ്ങളെയും അപരാവിദ്യയെന്ന് പരിഹസിക്കുന്ന *മുണ്ഡകോപനിഷത്തിലെ* പരാമർശം ഉദാഹരണമായി ചൂണ്ടിക്കാണിക്കാം.(1. 1. 4–5) *മുണ്ഡകോപനിഷത്തിൽ* മാത്രമല്ല, മറ്റു ഉപനിഷത്തുകളിലും ഇത്തരം പരാമർശങ്ങളുണ്ട്. [24]

മാത്രമല്ല, വേദമന്ത്രങ്ങൾക്ക് യാതൊരു ശക്തിയുമില്ലെന്നും അവ നിരർത്ഥകങ്ങളാണെന്നും കൗത്സനെ പോലുള്ള ഋഷിമാർതന്നെ വെളി പ്പെടുത്തിയിരിക്കുന്നത് പൂർവ്വപക്ഷമായിട്ടാണെങ്കിലും യാസ്കൻ തന്റെ *നിരുക്തത്തിൽ* ഉദ്ധരിച്ചിരിക്കുന്നതും ഏറെ ശ്രദ്ധിക്കപ്പെടേണ്ടതാണ്.

മന്ത്രത്തിന്റെ ശക്തി അതിലെ ശബ്ദങ്ങളുടെ നിശ്ചിതമായ രൂപത്തിലും നിശ്ചിതമായ പൂർവ്വാപരക്രമത്തിലുമാണ്. അർത്ഥസ്ഫുര ണം മന്ത്രശക്തിയല്ല. അതുകൊണ്ടുതന്നെ മന്ത്രങ്ങൾ നിരർത്ഥങ്ങളാണ്. മന്ത്രങ്ങളുടെ വിനിയോഗവിധി ബ്രഹ്മണങ്ങളാൽ നിശ്ചിതമാണ്. മന്ത്രങ്ങൾക്ക് അർത്ഥമുണ്ടായിരുന്നുവെങ്കിൽ ഇതിന്റെ ആവശ്യമില്ല. മന്ത്രങ്ങൾ അസംഗതമായ, യുക്തിരഹിതമായ അർത്ഥമാണ് വെളിപ്പെടു ത്തുന്നത്. പല വേദങ്ങളും പരസ്പരവിരുദ്ധമായ അർത്ഥമാണ് നൽകു ന്നത്. പലപ്പോഴും പരിഹാസ്യമായ അർത്ഥവും കാണപ്പെടുന്നു. മന്ത്രങ്ങളിലെ പല പദങ്ങളും സ്പഷ്ടമല്ലാത്ത അർത്ഥം പ്രകാശിപ്പി ക്കുന്നവയാണ് – എന്നിങ്ങനെ പോകുന്നു കൗത്സന്റെ വാദഗതികൾ [25]

വേദങ്ങളുടെ അപ്രമേയമായ പ്രാമാണ്യം ബ്രാഹ്മണ-പുരോഹിത മേധാവിത്വത്തിന്റെ ഇതര കൃതികളിലും ചോദ്യം ചെയ്യപ്പെട്ടിട്ടുണ്ട്. *ഭഗവദ്ഗീതയിൽ* കൃഷ്ണൻ പറയുന്നു-

യാമിമാം പുഷ്പിതാം വാചം പ്രവദന്ത്യവിപശ്ചിതഃ
വേദവാദരതാഃ പാർത്ഥ നാന്യദസ്തീതി വാദിനഃ
കാമാത്മനാഃ സ്വർഗ്ഗപരാഃ ജന്മകർമ ഫലപ്രദാം
ക്രിയാവിശേഷബഹുലാം ഭോഗൈശ്വര്യഗതിം പ്രതി.
ഭോഗൈശ്വര്യപ്രസക്താനാം തയാപഹൃതചേതസാം
വ്യവസായാത്മികാ ബുദ്ധിഃ സമാധൗ ന വിധീയതേ.
ത്രൈഗുണ്യവിഷയാഃ വേദാഃ നിസ്ത്രൈഗുണ്യോ ഭവാർജ്ജുന
നിർദ്വന്ദോ നിത്യസത്വസ്ഥഃ നിര്യോഗ ക്ഷേമ ആത്മവാൻ

(ഹേ അർജ്ജുന, വേദവാദരതന്മാരും അതിനപ്പുറം വേറൊന്നു മില്ലെന്നു വാദിക്കുന്നവരും കാമാത്മാക്കളും സ്വർഗ്ഗപരന്മാരുമായ മൂഢബുദ്ധികൾ ഭോഗൈശ്വര്യങ്ങൾക്കുവേണ്ടി വീണ്ടും വീണ്ടുമുള്ള ജന്മത്തെ നൽകുന്ന പലതരം നിഷ്ഫലമായ വാക്കുകളെ ഉദ്ഘോ ഷിക്കുന്നു. അത്തരക്കാർക്ക് ഏകാഗ്രമായ ബുദ്ധി ഉണ്ടാകുന്നില്ല. ഹേ അർജ്ജുന, വേദങ്ങൾ ത്രിഗുണവിഷയങ്ങൾ മാത്രമാണ്. അതിന പ്പുറത്തുള്ള ആത്മനിഷ്ഠതയാണ് നേടേണ്ടത്. II. 42–45) മറ്റൊരിടത്ത് കൃഷ്ണൻ വീണ്ടും പറയുന്നു-

ത്രൈവിദ്യാഃ മാം സോമപാഃ പൂതപാപാഃ
യജ്ഞൈരിഷ്ട്വാ സ്വർഗ്ഗതിം പ്രാർത്ഥയന്തേ..........
തേ തം ഭുക്ത്വാ സ്വർഗ്ഗലോകം വിശാലം
ക്ഷീണേ പുണ്യേ മർത്ത്യലോകം വിശന്തി
ഏവം ത്രയീധർമ്മമനുപ്രപന്നാഃ
ഗതാഗതം കാമകാമാ ലഭന്തേ

(വേദോക്തകർമ്മങ്ങളനുഷ്ഠിക്കുന്നവർ യാഗാദികളാൽ സ്വർഗ്ഗതി
യെ പ്രാർത്ഥിക്കുന്നു...... അവർ പുണ്യം ക്ഷയിക്കുമ്പോൾ മനുഷ്യലോക
ത്തേക്ക് തിരിച്ചുവരുന്നു. ഇപ്രകാരം വേദത്തിൽ പറഞ്ഞ കർമ്മങ്ങളനു
ഷ്ഠിക്കുന്നവർ ജനനമരണരൂപമായ വരവും പോക്കുമായി കഴിയുന്നു.
IX. 20–21.) വേദങ്ങളുടെ നിരർത്ഥകത പതിനൊന്നാം അദ്ധ്യായത്തിലും
കൃഷ്ണൻ ആവർത്തിക്കുന്നുണ്ട് (48, 53 ശ്ലോകങ്ങൾ കാണുക)

പുരോഹിതരുടെ മറ്റൊരു വിഭാഗം കൃതികളായ പുരാണങ്ങളിലും
വേദനിന്ദ സുലഭമാണ്. വേദങ്ങളേക്കാൾ മുമ്പ് ഈശ്വരപ്രോക്തമായ
ഗ്രന്ഥങ്ങളാണ് പുരാണങ്ങളെന്നത്രെ അവയുടെ പ്രഖ്യാപനം, മാത്രമല്ല,
പുരാണങ്ങളുടെ അടിത്തറയിലാണ് വേദങ്ങൾ നിലകൊള്ളുന്നത് എന്നും
അവ ഉദ്ഘോഷിക്കുന്നു.[26]. പുരാണങ്ങളേക്കാൾ വലിയ സത്യമില്ല,
വേറൊരു ഗ്രന്ഥമില്ല, ശാസ്ത്രമില്ല, ശ്രുതിയും സ്മൃതിയുമില്ല....
പുരാണമാണ് പരമസത്യം. (*അഗ്നിപുരാണം*. 383. 47–50)

വേദപ്രാമാണ്യം അംഗീകരിക്കുന്നവയെന്ന് കീർത്തികേട്ട, അതു
കൊണ്ടുമാത്രം ആസ്തികങ്ങളെന്ന് അറിയപ്പെടുന്ന സാംഖ്യ-വൈ
ശേഷികാദി ദർശനങ്ങളെ കൃത്യതയോടെ പഠിച്ചാൽ അവയിലേറെയും
അത്തരത്തിലായിരുന്നില്ല എന്ന് ഏതൊരാൾക്കും മനസ്സിലാക്കാം. വേദം
എന്നും വൈദികകൃതികൾ എന്നും ഉച്ചരിക്കപ്പെടുമ്പോൾ ഋക്-യജുസ്-
സാമ-അഥർവാദി ഗ്രന്ഥങ്ങളെയല്ല, മറിച്ച് അവയ്ക്കുശേഷം എഴുതപ്പെ
ട്ടതും ഇന്ത്യൻ ഫ്യൂഡലിസത്തിന്റെ കൃത്യമായ ചേരുവകൾ ഉൾച്ചേർ
ത്തുകൊണ്ട്, കട്ടപിടിച്ച വർഗ്ഗീയപക്ഷപാതത്തിന്റെ ഭീകരതയെ
മറച്ചുവെച്ചുകൊണ്ട് രൂപപ്പെട്ട ചാതുർവർണ്ണ്യവ്യവസ്ഥിതിയുടെ
സംരക്ഷണോപാധികൾ എന്ന നിലയിൽ എഴുതപ്പെട്ട *ഐതരേയം,
ജൈമിനീയം, ശതപഥം* മുതലായ ബ്രാഹ്മണങ്ങളും *ഐതരേയം,
തൈത്തിരീയം* മുതലായ ആരണ്യകങ്ങളും ഈശാദി ഉപനിഷത്തുകളും
അടങ്ങുന്ന വിപുലമായ സാഹിത്യമാണ് ലക്ഷ്യമാക്കപ്പെടുന്നത്.
വേദപ്രാമാണ്യം എന്നു പറയുമ്പോഴാകട്ടെ ഇവയിലെ ബ്രാഹ്മണങ്ങളും
ഉപനിഷത്തുകളും മാത്രമാണ് ലക്ഷ്യമാക്കുന്നത് എന്നത് മറക്കാവു
ന്നതല്ല. ഇക്കാര്യം മുമ്പേ സൂചിപ്പിച്ചിട്ടുള്ളതാണ്. ഇവയുടെ
പ്രാമാണ്യമാകട്ടെ ഭൂരിപക്ഷം ആസ്തിക ദർശനങ്ങളിലും നിഴലായി
ട്ടുപോലും കാണുന്നുമില്ല. സാംഖ്യം ഭൗതികതയെ അടിസ്ഥാന
മാക്കിയുള്ള ദർശനമാണ്. സ്ത്രീ-പുരുഷസംയോഗമാണ് പുതിയ

സൃഷ്ടികളുടെയെല്ലാം അടിസ്ഥാനം എന്ന് കണ്ടറിഞ്ഞ അവർ പ്രപഞ്ച
ത്തിന്റെയും പ്രാപഞ്ചിക പ്രതിഭാസങ്ങളുടെയും ആദിരൂപമെന്ന
നിലയിൽ പ്രകൃതിയെയും (സ്ത്രീ) പുരുഷനെയും സങ്കല്പിച്ചു
കൊണ്ടാണ് തങ്ങളുടെ ദാർശനിക പദ്ധതിക്കു രൂപം കൊടുത്തത്.
വേദമുൾപ്പെടെയുള്ള ശബ്ദത്തെ അത് പ്രമാണമായി അംഗീകരിക്കുന്നു
ണ്ടെങ്കിലും പ്രകൃതിപരിണാമവാദമെന്ന തങ്ങളുടെ മുഖ്യ സിദ്ധാന്തത്തെ
അത് വിശദീകരിക്കുന്നത് വേദപ്രാമാണ്യം ഉദ്ധരിച്ചുകൊണ്ടല്ല എന്നത്
ശ്രദ്ധേയമാണ്. മാത്രമല്ല, വേദവിഹിതമായ കർമ്മാനുഷ്ഠാനങ്ങളിൽ
ധാർമ്മികതയുടെ ലംഘനമാണ് നടക്കുന്നതെന്ന് കണ്ടെത്തുന്ന അവർ
പരോക്ഷമായി വേദപ്രാമാണ്യത്തെ കട പുഴക്കുകയാണ് ചെയ്യുന്നത്.
ഇക്കാര്യം ഡോ. എസ് രാധാകൃഷ്ണൻതന്നെ ചൂണ്ടിക്കാണിച്ചിട്ടുള്ള
താണ്. 'സാംഖ്യം ഒരാസ്തിക പദ്ധതിയല്ല തന്നെ. യോഗം പ്രായോഗിക
മായി നോക്കുമ്പോൾ വേദത്തിന്റെ ആധിപത്യത്തിൽനിന്ന് സ്വതന്ത്ര
മാണ്... സാംഖ്യപദ്ധതി എങ്ങും വേദങ്ങളെ തുറന്നെതിർത്തിട്ടില്ല,
എന്നാൽ അതിന്റെ അടിത്തറ പുഴക്കുകയെന്ന കൂടുതൽ മാരകമായ
പ്രക്രിയയെ സ്വീകരിക്കുന്നുമുണ്ട്.' [27]

വൈശേഷികദർശനം പ്രത്യക്ഷം, അനുമാനം എന്ന രണ്ടു
പ്രമാണങ്ങളെമാത്രമെ അംഗീകരിക്കുന്നുള്ളൂ. പദാർത്ഥവിചാരവും
അണുസിദ്ധാന്തവുമാണ് വൈശേഷികദർശനം മുഖ്യമായും മുന്നോട്ടു
വെക്കുന്നത്. വേദപ്രാമാണ്യവുമായി ഈ സിദ്ധാന്തത്തിന് യാതൊരു
ബന്ധവുമില്ല. ന്യായദർശനം വേദപ്രാമാണ്യം അംഗീകരിക്കുന്നുണ്ട്.
ലൗകികശബ്ദവും വൈദികശബ്ദവും അടങ്ങുന്നതാണ് അവരുടെ
വേദപ്രാമാണ്യം. എന്നാൽ, തർക്കവും അണുസിദ്ധാന്തവുമാണ്
അവരുടെ മുഖ്യമായ പ്രതിപാദ്യവിഷയം. ഈ മുഖ്യപ്രതിപാ
ദ്യവിഷയപ്രതിപാദനത്തിൽ ഒരു ഘട്ടത്തിലും അവർ വേദപ്രാമാണ്യ
ത്തെ ആശ്രയിക്കുന്നില്ല. ന്യായ-വൈശേഷികങ്ങൾ പില്ക്കാലത്ത്
ഒന്നായിത്തീരുകയും ഈശ്വരൻ അതിലെ നിയാമകശക്തിയായി
പരിണമിക്കുകയും ചെയ്ത ഘട്ടത്തിൽപോലും വേദപ്രാമാണ്യത്തിന്
ഇടം ലഭിച്ചില്ല. ഇതും ഡോ. എസ് രാധാകൃഷ്ണൻതന്നെ ചൂണ്ടിക്കാ
ണിച്ചിട്ടുള്ളതാണ്- 'വൈശേഷികവും ന്യായവും അനുമാനപ്രമാ
ണത്തിലൂടെയാണ് ഈശ്വരനെ സ്വീകരിക്കുന്നത്, വേദപ്രാമാണ്യ
ത്തിലൂടെയല്ല.' [28] എന്നുവെച്ചാൽ, നിലനില്പിനുവേണ്ടിയുള്ള, സ്ഥിര
പ്രതിഷ്ഠ ലഭിക്കാൻ വേണ്ടിയുള്ള തദ് പ്രചാരകരുടെ തന്ത്രമായിരുന്നു
വേദപ്രാമാണ്യ സ്വീകരണം. ഇത് ഡോ. രാധാകൃഷ്ണനും സമ്മതമായ
നിഗമനമാണ്. [29]

V

ഹിന്ദുമതം സഹിഷ്ണുതയുടെ പരകോടിയാണെന്നതാണ് മറ്റൊരു മിത്ത്. ഇതിന്റെയും മുഖ്യധാരാ വക്താക്കൾ കൊളോണിയൽ ചിന്തകർ തന്നെയാണ്. ഇമ്മാനുവൽ കാന്റിനെപ്പോലുള്ള ചിന്തകരും വില്യം ജോൺസനെപ്പോലുള്ള ഓറിയന്റലിസ്റ്റുകളും തുടക്കമിട്ട ഈ ആശയത്തെ നവോത്ഥാനകാലഘട്ടത്തിൽ സ്വാമി വിവേകാനന്ദ നെപ്പോലുള്ള ഇന്ത്യൻ യൗവനവും ഏറ്റുപിടിക്കുകയുണ്ടായി. ബ്രാഹ്മണ പൗരോഹിത്യത്തിന്റെ ബദ്ധവൈരികളായ ബുദ്ധനെയും ജൈനതീർ ത്ഥങ്കരനായ ആദിനാഥനെയും (ഋഷഭൻ) വിഷ്ണുവിന്റെ അവതാരമായി അംഗീകരിച്ചത് ഹിന്ദുമതത്തിന്റെ സഹിഷ്ണുതയുടെ തെളിവായി ഇക്കൂട്ടർ ഉയർത്തിക്കാണിക്കുന്നു. ബുദ്ധനെ വിഷ്ണുവിന്റെ അവതാരമെന്ന പരാമർശമല്ലാതെ ഇതര അവതാരങ്ങളെ പ്രകീർ ത്തിച്ചുകൊണ്ട് രചിക്കപ്പെട്ട വിപുലമായ സാഹിത്യകൃതികൾ ബുദ്ധാവ താരത്തെക്കുറിച്ച് വൈഷ്ണവ പാരമ്പര്യത്തിൽ കാണാനില്ലെന്നത് മറക്കാവുന്നതല്ല. [30]

വിദേശിയരോടുള്ള വിധേയത്വം മൂലം അവരുടെ മതങ്ങൾക്കുവേണ്ടി വാരിക്കോരി നല്കുവാനും സ്വന്തം സ്ഥാപിതതാല്പര്യങ്ങൾക്കായി അവരെ പ്രീതിപ്പെടുത്തുവാനും മത്സരിച്ച ഇന്ത്യൻ ഭൂപ്രഭുത്വത്തിന്റെ ചില പ്രവർത്തനങ്ങളാണ് ഇന്ത്യ മതസഹിഷ്ണുതയുടെ പറുദീ സയാണെന്ന് വൈദേശികർ ഘോഷിക്കുവാൻ ഇടയാക്കിയത്. വാസ്ത വത്തിൽ, വർഗ്ഗവിഭജനത്തിന്റെ ഇന്ത്യൻ പതിപ്പായ ചാതുർ വർണ്ണ്യ വ്യവസ്ഥിതിയുടെ അകത്തളങ്ങളിൽ കാണപ്പെടുന്ന സവർണ്ണ-അവർ ണ്ണഭേദവും പില്ക്കാലത്ത് രൂപപ്പെട്ട ജാതിനിഷ്ഠമായ തൊട്ടുകൂടായ്മയും തീണ്ടിക്കൂടായ്മയും ഇന്ത്യൻ പാരമ്പര്യത്തിലെ കീർത്തി കേട്ട മതസഹിഷ്ണുതയുടെ വേരറുക്കുന്ന പ്രതിഭാസങ്ങളാണ്. വേദത്തെ അംഗീകരിക്കുന്നവരും വേദത്തെ അംഗീകരിക്കാത്തവരും തമ്മിലുള്ള പോര് സുവിദിതമാണ്. വേദത്തെ അംഗീകരിക്കുന്നവർ തമ്മിൽ തമ്മിൽ പുലർത്തുന്ന അസ്പൃശ്യതയും എല്ലാ സീമകളെയും അതിലംഘിക്കുന്ന താണ്. മദ്ധ്യകാലത്ത് യൂറോപ്പിലുണ്ടായ കുരിശുയുദ്ധ മാതൃകയിലുള്ള ചോരപ്പുഴ ഒഴുകിയതായി രേഖപ്പെടുത്തപ്പെട്ടിട്ടില്ലെങ്കിലും ഇന്ത്യയിലും വ്യാപകമായ സംഘട്ടനങ്ങൾ നടന്നിട്ടുള്ളതായി ചരിത്രം സാക്ഷ്യപ്പെടു ത്തുന്നുണ്ട്. ഇതിൽതന്നെ വൈഷ്ണവരും ശൈവരും തമ്മിലും വൈഷ്ണവരിലും ശൈവരിലും ഉൾപ്പെടുന്ന ആഭ്യന്തര വകഭേദങ്ങൾ തമ്മിൽ തമ്മിലും നടന്നിട്ടുള്ള സംഘട്ടനങ്ങളുടെ കഥ ആവശ്യത്തി ലേറെയുണ്ട്. അടുത്തകാലത്തിറങ്ങിയ കമലഹാസന്റെ *ദശാവതാരം* എന്ന സിനിമ അത്തരമൊരു കഥയിൽനിന്നും ഉയിർക്കൊണ്ടതാണ്. കേരളനവോത്ഥാനനായകരിൽ ശ്രദ്ധേയനായ ആത്മീയ ആചാര്യൻ

ബ്രഹ്മാനന്ദസ്വാമി ശിവയോഗി തന്റെ *വിഗ്രഹാരാധനാഖണ്ഡനം* എന്ന കൃതിയിൽ ഇത്തരം സംഘട്ടനങ്ങളുടെ ആഴം നമ്മെ ബോദ്ധ്യപ്പെടുത്തുന്നുണ്ട്.

വിഷ്ണുദർശനമാത്രേണ ശിവദ്രോഹഃ പ്രജായതേ

തസ്മാദ് തദ് വിഷ്ണുനാമാപി ന വക്തവ്യം കദാചന.

(വിഷ്ണുവിഗ്രഹത്തെ കണ്ടാൽ ശിവദ്രോഹമായിത്തീരും. അതുകൊണ്ട് വിഷ്ണുനാമംപോലും ഒരിക്കലും ഉച്ചരിച്ചുപോകരുത്) എന്ന് ശൈവന്മാർ ആക്രോശിക്കുമ്പോൾ-

കിമത്ര ബഹുനോക്തേന ബ്രാഹ്മണാ യേ ഹ്യവൈഷ്ണവാഃ

ന സ്പൃഷ്ടവ്യാ ന വക്തവ്യാ ന ദൃഷ്ടവ്യാ ച കദാചന

(എന്തിനു വളരെ പറയുന്നു, വിഷ്ണുഭക്തിയില്ലാത്ത ബ്രാഹ്മണരെ ഒരിക്കലും തൊട്ടുപോകരുത്, അവരോട് സംസാരിക്കരുത്, അവരെ കണ്ണുകൊണ്ട് കാണുകയും കൂടി ചെയ്യരുത്.(അവർ അത്രയും നിന്ദ്യരാകുന്നു എന്നർത്ഥം)- എന്നത്രെ വൈഷ്ണവന്മാർ തിരിച്ചടിക്കുന്നത്! *(പത്മപുരാണം)*

വൈഷ്ണവരിൽത്തന്നെ ചെറിയ കുറിക്കാരും വലിയ കുറിക്കാരും നീണ്ട കുറിക്കാരും വളഞ്ഞ കുറിക്കാരും തമ്മിലുള്ള വൈരം ഇന്നും കേരളത്തിനു പുറത്ത് സുലഭമാണല്ലോ. വിഷ്ണുഭക്തനായ ഒരു അയ്യങ്കാർ ഒരിക്കൽ ശിവയോഗിയോട് പറഞ്ഞത് ഇപ്രകാരമത്രെ; 'ശ' എന്ന് ആദിയായ വാക്കിനെ ഉച്ചരിക്കുന്നത് ഞങ്ങൾക്ക് അസഹ്യമാകുന്നു. എന്തുകൊണ്ടെന്നാൽ, ശിവൻ എന്ന നാമത്തിന്റെ ആദ്യാക്ഷരം 'ശ'കാരമായതുകൊണ്ട് 'ശ'കാരാദികളായ വാക്കുകളെല്ലാം ഞങ്ങൾക്ക് 'ശകാര'മായിട്ടിരിക്കുന്നു.[31] മനുഷ്യർക്കിടയിൽ മാത്രമല്ല, ദേവന്മാർക്കിടയിലും ഇത്തരം സ്പർദ്ധകൾ ധാരാളമാണെന്ന് പുരാണങ്ങൾ സാക്ഷ്യപ്പെടുത്തുന്നുണ്ട്. അതുകൊണ്ടുതന്നെ അവരെ പിൻപറ്റുന്ന അനുയായികൾ വാളെടുത്തിട്ടില്ലെങ്കിലല്ലേ അത്ഭുതപ്പെടേണ്ടതുള്ളു. രാമാനുജൻ തമിഴകത്തെ ശ്രീരംഗം വിട്ട് ഓടേണ്ടി വന്ന കഥ പതിനൊന്നാം നൂറ്റാണ്ടിലാണ് നടന്നത് (1098) ബ്രാഹ്മണന്മാരും ശ്രമണന്മാരും (ബൗദ്ധാദികൾ) കീരിയും പാമ്പും പോലെ ആജന്മ ശത്രുക്കളായിരുന്നു എന്നാണ് പന്ത്രണ്ടാം നൂറ്റാണ്ടിൽ ജീവിച്ചിരുന്ന വൈയ്യാകരണനും മഹാഭാഷ്യകാരനുമായ പതഞ്ജലി രേഖപ്പെടുത്തിയിരിക്കുന്നത്.[32]. ശ്രമണന്റെ തലയ്ക്ക് നൂറ് ദിനാർ വില പ്രഖ്യാപിച്ചുകൊണ്ടാണ് പുഷ്യമിത്രസുംഗൻ ബൗദ്ധർക്കെതിരെ ചതുരംഗപ്പടയെ നിയോഗിച്ചതെന്നറിയുമ്പോൾ ജന്മനാട്ടിൽനിന്നും ബൗദ്ധർ നാടുകടത്തപ്പെട്ടതിന്റെയും തലയറ്റും ഉടലറ്റും കൈകാലുകളറ്റും കാണപ്പെടുന്ന ബൗദ്ധവിഗ്രഹങ്ങളുടെയും ചരിത്രകാരണങ്ങളെ കാര്യമായി അന്വേഷിക്കേണ്ടതില്ല. ബൗദ്ധരെയും ജൈനരെയും വകവരുത്തുന്നതിൽ ശൈവ-വൈഷ്ണവ വിശ്വാസികൾ ഒന്നിച്ചു. ഏഴാം നൂറ്റാണ്ടിൽ ഇന്ത്യ സന്ദർശിച്ച ചൈനീസ്

സഞ്ചാരിയായ ഹുയാങ് സാങ് രേഖപ്പെടുത്തിയിരിക്കുന്നത് ഹൂണന്മാരിലെ പ്രധാനിയും ശിവഭക്തനുമായിരുന്ന മിഹിരകുലൻ ആയിരക്കണക്കിന് ബൗദ്ധരെ ഉന്മൂലനം ചെയ്യുകയും 1600 ബൗദ്ധസ്തൂപങ്ങളും ബൗദ്ധവിഹാരങ്ങളും നശിപ്പിച്ചു എന്നുമാണ്. പന്ത്രണ്ടാം നൂറ്റാണ്ടിൽ എഴുതപ്പെട്ട കൽഹണന്റെ *രാജതരംഗിണി* (1. 307) യിൽ മിഹിരകുലനും ശൈവരും നടത്തിയ ഇത്തരം ബൗദ്ധോ ന്മൂലനം വിവരിക്കുന്നുണ്ട്. കാഷ്മീർ മുതൽ ഇങ്ങു കേരളംവരെ ഇത്തരം പ്രവർത്തനങ്ങൾക്ക് ചരിത്രാവശിഷ്ടങ്ങളിലൂടെ സാക്ഷിപറയുന്നുണ്ട്. ഇത്തരം ആക്രമണങ്ങളിലൂടെയാണ് നളന്ദ സർവ്വകലാശാലയും അവിടത്തെ വിപുലമായ ലൈബ്രറിയും നശിപ്പിക്കപ്പെട്ടത്.[33] എത്രയെത്ര ബൗദ്ധ–ജൈന വിഹാരങ്ങളാണ് ശൈവ–വൈഷ്ണവ ക്ഷേത്രങ്ങളാക്ക പ്പെട്ടിട്ടുള്ളതെന്നതിന് കൈയും കണക്കുമില്ല. തമിഴകത്ത് ഏഴാം നൂറ്റാ ണ്ടിനുശേഷം ശൈവർ ജൈനർക്കെതിരെ നടത്തിയ ഇത്തരം ഉന്മൂല നാതിക്രമങ്ങളെ വിവരിക്കുന്ന ചരിത്രരേഖകൾ ലഭ്യമാണ്. അത് ഒടുവിൽ ജൈനരുടെ ആത്മരക്ഷാർത്ഥം കൂട്ടത്തോടെയുള്ള പലായനത്തിലാണ് പര്യവസാനിച്ചത്. കർണ്ണാടകത്തിൽ വീരശൈവരെന്ന് അറിയപ്പെടുന്ന ലിംഗായതന്മാർ സാമ്പത്തിക മേൽകോയ്മയ്ക്കായി ജൈനരെ വകവരു ത്തിയ കഥയും രേഖപ്പെടുത്തപ്പെട്ടിട്ടുണ്ട്.[34] കേരളത്തിലടക്കമുള്ള ശാലകളിൽ ബ്രാഹ്മണയുവാക്കൾക്ക് ഇത്തരം പ്രവർത്തനങ്ങളിൽ ഏർപ്പെടാനുള്ള സൈനിക പരിശീലനം നല്കിയിരുന്നതായി ചരിത്ര കാരന്മാർ രേഖപ്പെടുത്തിയിട്ടുണ്ട്.

ക്രിസ്തുവർഷം 345–370 കാലഘട്ടത്തിൽ മയൂരശർമ്മന്റെ ഭരണത്തിൻകീഴിൽ കേരളത്തിൽ ആരംഭിച്ച ആര്യൻ സാംസ്കാ രികാധിനിവേശത്തിന്റെ കഥ *കേരളോദയം* എന്ന ചരിത്രകാവ്യത്തിലൂടെ കെ എൻ എഴുത്തച്ഛൻ വിശദീകരിക്കുന്നത് ഇപ്രകാരമാണ്- 'അങ്ങനെ (മയൂരശർമ്മന്റെ ക്ഷണമനുസരിച്ച്) വൈദികമതത്തിന്റെ ഒരു ധർമ്മസേന കേരളത്തിലേക്ക് പുറപ്പെട്ടു. തർക്കശാസ്ത്രത്തിന്റെ തേരുകൾ, വേദാന്തത്തിന്റെ ആനകൾ, യാഗത്തിൽനിന്നുയരുന്ന മന്ത്രങ്ങളുടെ അത്ഭുതവേഗമുള്ള കുതിരകൾ– ഇതൊക്കെ അതിലുണ്ടായിരുന്നു. പൂക്കൾ വിരിഞ്ഞ പേരാറിന്റെ വക്കത്തും പശുക്കൾ മേയുന്ന പെരി യാറിന്റെ തീരത്തും വേദമന്ത്രങ്ങൾ മുളുന്ന യജ്ഞകുടീരങ്ങൾ തലയുയർത്തി നില്ക്കാൻ തുടങ്ങി. ക്രമത്തിൽ ബ്രാഹ്മണരുടെ മതം ദൃഢമായിത്തീർന്നു. മുപ്പത്തിരണ്ടു ഗ്രാമങ്ങളാകുന്ന കേന്ദ്രത്തോടു കൂടിയതും സത്യധ്വജം നാട്ടിയതും ജാതിയുടെ അംബരചുംബികളായ മതിലുകളാൽ ചുറ്റപ്പെട്ടതുമായിട്ടാണ് ഈ ധർമ്മോദയം നടന്നത്. മൃദുനാദമുതിർക്കുന്ന തേനീച്ചക്കൂട്ടംപോലെ വൈദികരുടെ മന്ത്ര തന്ത്രങ്ങൾ നടക്കുന്ന ബ്രാഹ്മണരുടെ സങ്കേതഗ്രാമങ്ങൾ നാട്ടിലെങ്ങും നിറഞ്ഞു. യാഗത്തിന്റെ എല്ലുറപ്പും വേദാന്തത്തിന്റെ സിരാചക്രവുമായി

ഒരു പുതിയ സംസ്കാരം ഉടലെടുത്തു. അത് മീമാംസകൊണ്ട് മാംസളമായതുമായിരുന്നു. അല്പാക്ഷരങ്ങൾ മാത്രമുള്ള പഴയ തമിഴ് അക്ഷരമാലകൾ ഉപേക്ഷിച്ച് പാഠശാലകളിൽ കുട്ടികൾ ഇളം തലമുടി ഇളക്കിക്കൊണ്ട് സംസ്കൃതഭാഷയിലെ നീണ്ട അക്ഷരമാല മണലിൽ എഴുതിപ്പഠിക്കാൻ തുടങ്ങി. കോവലന്റെയും മറ്റും കഥകൾ ആനന്ദ ബാഷ്പം പൊഴിച്ച് പഠിച്ച് പാടിക്കൊണ്ടിരുന്ന വിദ്യാർത്ഥികൾ പാണിനിയുടെയും മറ്റും ശുഷ്ക്കസൂത്രങ്ങൾ സൂക്ഷ്മ ദൃഷ്ട്യാ നെയ്തു ണ്ടാക്കാൻ ആരംഭിച്ചു. പണ്ട് ബൗദ്ധസന്ന്യാസികൾ സിദ്ധാർത്ഥന്റെ ത്യാഗകഥ വിവരിച്ചിരുന്ന ക്ഷേത്രങ്ങളിൽ സീതാപഹാരാദികൾ അടങ്ങിയ രാമന്റെ കഥ വിവരിക്കാൻ തുടങ്ങി. പഴയ ബുദ്ധമുനി ക്ഷേത്ര ങ്ങളിൽ ശിവരൂപനായി രൂപാന്തരം പ്രാപിച്ചു. ബൗദ്ധാഗമ പ്രസിദ്ധയായ താരാദേവി ദുർഗ്ഗയെന്ന പേരിൽ ആരാധിക്കപ്പെടാൻ തുടങ്ങി. പൂജകാലത്ത് ആനപ്പുറത്ത് വാദ്യഘോഷങ്ങളോടു കൂടി ബുദ്ധദേവനെ പണ്ട് എഴുന്നള്ളിച്ചിരുന്ന സമ്പ്രദായം നിലനിന്നു. ദേവന്മാരുടെ പേരൊന്നു മാറ്റി എന്നു മാത്രം. എല്ലാം പഴയതുതന്നെ, ഒരു പുതിയ സംസ്കാര പ്രകാശം ഉണ്ടായെന്നേയുള്ളു.' (*കേരളോദയം*, 8. 38–47)

മനുഷ്യൻ മനുഷ്യന് അശുദ്ധവസ്തുവാണെന്ന ചിന്തയുടെ ഉറവി ടവും ചാതുർവർണ്ണ്യത്തിന്റെ ഈറ്റില്ലമായ നമ്മുടെ നാടുതന്നെയാണെന്ന് ശങ്കിക്കേണ്ടിയിരിക്കുന്നു. മതനിരപേക്ഷഗ്രന്ഥമെന്ന് ചിലർ ധരിച്ചു വശായിരിക്കുന്ന കൗടില്യന്റെ *അർത്ഥശാസ്ത്രത്തിൽ* അവൈദികരെ വൃഷളന്മാർ എന്നും പാഷണ്ഡന്മാർ എന്നുമാണ് കുറിച്ചുവെച്ചിട്ടുള്ളത്. പാഷണ്ഡ-ചണ്ഡാളന്മാർ ശ്മശാനത്തിന്റെ അറ്റത്താണ് താമസിക്കേണ്ട തെന്നും *അർത്ഥശാസ്ത്രം* തീർപ്പുകല്പിക്കുന്നുണ്ട് (II 4 23, 3 20 16). ശൂദ്രന്മാരെ സഞ്ചരിക്കുന്ന പട്ടടയെന്നാണ് *വസിഷ്ഠധർമ്മസൂത്രം* വിശേഷിപ്പിച്ചത്. അതുകൊണ്ട് ശൂദ്രന്റെ സമീപത്തുവെച്ച് വേദാദ്ധ്യയനം പാടില്ലത്രെ![35] വേദം ഉച്ചരിക്കുന്നതു കേൾക്കുന്ന ശൂദ്രന്റെ ശ്രോത്രത്തിൽ ഈയവും അരക്കും ഉരുക്കിയൊഴിക്കണം, ശൂദ്രൻ വേദം ഉച്ചരിച്ചാൽ അവന്റെ നാക്കറുക്കണം, വേദം പഠിച്ചാൽ അവന്റെ ശരീരം പിളർക്കണം.[36]

ശൂദ്രാദി സ്പർശനേ സ്നാനം കാര്യം ശുദ്ധിമഭീപ്സവഃ
അന്തിജാനാം സന്നികർഷേ ചാപി മജ്ജനമാചരേത്.
സ്പർശനേ ചാന്തിജസ്പൃഷ്ടകൂപവാപീസ്ഥവാരിണഃ
സമാർജിതക്ഷിതൗ പാദന്യാസേ ച പ്രോക്ഷണാദൃതേ.

(ശുദ്ധിയെ ആഗ്രഹിക്കുന്ന ബ്രാഹ്മണാദി ജാതികൾ തന്നിൽ താണ ശൂദ്രാദികളെ തൊട്ടാൽ കുളിക്കണം. തീണ്ടിയാൽ കുളിയുള്ള ജാതിക്കാരെ അടുത്താലും കുളിക്കണം. താണ ജാതിക്കാർ തൊട്ട കുളം, കിണറു മുതലായതു തൊട്ടാലും ചുലുകൊണ്ടടിച്ച ദിക്കിൽ തളിക്കു ന്നതിനു മുമ്പായി ചവിട്ടിയാലും കുളിക്കണം. *ശാങ്കരസ്മൃതി.* XII. 4.

5-6) എന്നെല്ലാം പ്രഖ്യാപിച്ചത് നമ്മുടെ സ്മൃതിഗ്രന്ഥങ്ങളാണ്. (ഈ വിഷയം അടുത്ത ലേഖനത്തിൽ കൂടുതൽ വിശദമായി ചർച്ച ചെയ്യുന്നുണ്ട്.)

ഈ വിശകലനങ്ങൾ ഒരു ഉത്തരമാണ് നല്കുന്നത്. ബ്രാഹ്മണപുരോഹിതന്മാർക്ക് ആധിപത്യമുണ്ടായിരുന്ന ചാതുർവർണ്ണ്യവും അതിലെ മതപരമായ, ജാതിനിഷ്ഠമായ സാമൂഹ്യ സാഹചര്യവും ഒരിക്കലും സഹിഷ്ണുതയുടെ പാരമ്പര്യമുള്ളവയായിരുന്നില്ല. ആ സാമൂഹ്യവ്യവസ്ഥയിൽ പില്ക്കാലത്ത് ആരോപിക്കപ്പെട്ടതാണ് സഹിഷ്ണുത. ഹിന്ദുത്വം എല്ലാമതങ്ങളെയും ഉൾക്കൊള്ളാൻ ശ്രമിച്ച മതവീക്ഷണമാണെന്നത് ചരിത്രപരമായ അസത്യജല്പനമാണ്.

VI

മതങ്ങളും മതങ്ങൾക്കിടയിലെ അവാന്തര ജാതികളും മാത്രമല്ല പൗരാണിക ഭാരതത്തിൽ പരസ്പരം ഏറ്റുമുട്ടിയിട്ടുള്ളത്. അധുനാതന വികസനത്തിന്റെ തുടിപ്പുകൾ ഉൾക്കൊള്ളുന്ന ശാസ്ത്രത്തെ മുറുകെ പിടിക്കുന്ന ചിന്തകരും മതപുരോഹിതമേധാവിത്വവും പരസ്പരം യാതൊരു രമ്യതയിലുമായിരുന്നില്ല വർത്തിച്ചിരുന്നത്. പ്രാചീന ഭാരതത്തിൽ നിലനിന്നിരുന്ന മത-ശാസ്ത്രസംഘട്ടനത്തിന്റെ അലയടികൾ മനസ്സിലാക്കണമെങ്കിൽ ഇന്ത്യൻ നിയമ സ്രഷ്ടാക്കളായ സ്മൃതികാരന്മാരുടെ ചിന്തകളിലൂടെ കടന്നു പോയാൽ മതി.

തങ്ങൾക്കെതിരെ, തങ്ങളുടെ ആധിപത്യത്തിനെതിരെ ആഞ്ഞു വീശാൻ ഇടയുള്ള പ്രസ്ഥാനങ്ങളെയും അതിന്റെ വക്താക്കളേയും തേജോവധം ചെയ്യാൻ പുരോഹിതമേധാവിത്തം നടത്തിയിരുന്ന ആദ്യ കരുനീക്കം അത്തരക്കാർക്ക് സമുദായത്തിൽ ഭ്രഷ്ട് കല്പിക്കുക എന്നതായിരുന്നു. ഇന്ത്യൻ ശാസ്ത്രജ്ഞർക്കെതിരെ, പ്രത്യേകിച്ചും ഇന്ത്യൻ വൈദ്യശാസ്ത്രത്തിന്റെ പ്രവർത്തകർക്കെതിരെ പുരോഹിത മേധാവിത്തം ആസൂത്രണം ചെയ്തതും മറ്റൊന്നായിരുന്നില്ല. 'വൈദ്യൻ വിശുദ്ധിയില്ലാത്തവനാണ്. അവന്റെ സാന്നിദ്ധ്യം പരിസരംപോലും അശുദ്ധമാക്കുന്നു. അവനിൽനിന്ന് ഭക്ഷണം വാങ്ങിക്കഴിക്കരുത്. കാരണം അത് വിഷമാണ്' ഇതെല്ലാം പ്രഖ്യാപിച്ചത് പുരോഹിത മേധാവിത്തത്തിന്റെ ഏറ്റവും പഴക്കം ചെന്ന ഒരു ആചാര്യനായ ആപസ്തംബനാണ്. (*ആപസ്തംബധർമ്മസൂത്രം*, 1. 6. 19. 14, 1. 6. 18. 21) ഗൗതമനും (*ഗൗതമധർമ്മസൂത്രം*, 17. 7. 17) വസിഷ്ഠനും (*വസിഷ്ഠധർമ്മസൂത്രം*, 14. 2) മറ്റൊന്നായിരുന്നില്ല പറഞ്ഞുവെച്ചത്. യാചിക്കാതെ സ്വമേധയാ നല്കുന്നതാണെങ്കിലും വൈദ്യനിൽനിന്നും ലഭിക്കുന്ന ഭിക്ഷ സ്വീകരിക്കരുതെന്നുപോലും വസിഷ്ഠൻ വിലക്കുകയുണ്ടായി. (*വസിഷ്ഠധർമ്മസൂത്രം*, 14. 19) കാരണം അത് അശുദ്ധി നിറഞ്ഞതാണുപോലും.

ആപസ്തംബന്റെയും ഗൗതമന്റെയും വസിഷ്ഠന്റെയും കാലഘട്ടം ക്രിസ്തുവിനുമുമ്പ് 600 നും 300 നും ഇടയിലാവാമെന്ന് പാശ്ചാത്യ പണ്ഡിതനായ പി വി കാനെ നിഗമിക്കുന്നു. ഇതിൽനിന്നും വൈദ്യ ശാസ്ത്രത്തോടും അതിന്റെ പ്രചാരകരോടും പുരോഹിതമേധാവിത്വം തങ്ങളുടെ യുദ്ധം ക്രിസ്തുവിന് ആറു നൂറ്റാണ്ടുകൾക്കു മുമ്പുതന്നെ ആരംഭിച്ചിരുന്നതായി തെളിയുന്നു.

ആപസ്തംബനും ഗൗതമനും വസിഷ്ഠനും ശേഷം രംഗത്തെ ത്തുകയയും പിന്നീട് വർഷശതങ്ങളിൽ തന്റെ സ്വാധീനം നിലനിർ ത്തുകയും ചെയ്ത മനുവും പിൻഗാമികളും വൈദ്യശാസ്ത്രത്തോടും അതിന്റെ പ്രചാരകരോടുമുള്ള മുൻഗാമികളുടെ നിലപാടുകൾക്ക് ശക്തി കൂട്ടുകയാണു ചെയ്തത്.

ഉന്നതകുലജാതർ ഭിഷഗ്വരന്മാരിൽനിന്നും അന്നം സ്വീകരിക്കരുത്. കാരണം അത് പൂയത്തിനു (ചലം) തുല്യമത്രെ. (മനു. IV. 219) മാത്രമല്ല, ഭിഷഗ്വരന്മാർക്ക് തിരിച്ചും ഭക്ഷണം കൊടുക്കരുതെന്നും അദ്ദേഹം വിധിയെഴുതി. കാരണം വൈദ്യന്മാർക്ക് ഭക്ഷണം കൊടുക്കുന്നവർ അടുത്ത ജന്മത്തിലും പൂയത്തെയും രക്തത്തെയും തിന്നാൻ വിധിക്കപ്പെട്ടവരത്രെ. (മനു. III. 280) മാത്രമല്ല, പരിപാവനമായ യാഗഭൂ മിയുടെ സമീപത്തുപോലും വൈദ്യനെ പ്രവേശിപ്പിക്കരുതെന്നുകൂടി മനു വിലക്കുകയുണ്ടായി. (മനു. III. 152) മറ്റൊരു ധർമ്മസംഹിതയായ വിഷ്ണുധർമ്മസൂത്രമാകട്ടെ ഭിഷഗ്വരന്മാരിൽനിന്നും അന്നം സ്വീകരിക്കു ന്നവർക്ക് മൂന്നു ദിവസത്തെ നിരാഹാരവ്രതമാണ് വിധിച്ചുവെച്ചിരി ക്കുന്നത്, ശുദ്ധീകരിക്കപ്പെടാൻ. (വിഷ്ണുധർമ്മസൂത്രം. 1. 8. 11) വൈദ്യപ്രവൃത്തി ചെയ്യുന്നവരെ ശ്രാദ്ധകർമ്മങ്ങളിൽ നിർബ്ബന്ധമായും പങ്കെടുപ്പിക്കരുതെന്നും അദ്ദേഹം അഭിപ്രായപ്പെട്ടിരിക്കുന്നു. (വിഷ്ണു ധർമ്മസൂത്രം. 32. 3. 14)

ഇന്ത്യൻ വൈദ്യശാസ്ത്രശാഖയോടുള്ള പൗരോഹിത്യത്തിന്റെ ഇത്തരം കടന്നാക്രമണം പ്രാചീനഭാരതത്തിൽ നിലനിന്നിരുന്ന മത-ശാസ്ത്രസംഘട്ടനത്തിന്റെ അടിവേരുകളെയാണ് ഉന്മീലനം ചെയ്യുന്നത്. മതത്തിനെതിരെ ശാസ്ത്രീയതയുടെ പടച്ചട്ടയുമായി രംഗമേറിയ ഭൗതികവീക്ഷണത്തിലധിഷ്ഠിതമായ സ്വഭാവവാദത്തിന്റെ അസ്തിവാരത്തിനു മുകളിലാണ് ഇന്ത്യൻ വൈദ്യശാസ്ത്രം അതിന്റെ വിജ്ഞാന ഗോപുരത്തിന്റെ മേല്പുര പണിതുയർത്തിയിട്ടുള്ളത്. ഈശ്വരനെന്ന പ്രകൃത്യതീത പ്രഥമകാരണത്തിൽ നിന്നാണ് പ്രപഞ്ചോ ല്പത്തിയെന്നും അതിന്റെ സൃഷ്ടി-സ്ഥിതി-സംഹാരങ്ങൾ ഈശ്വരേച്ഛ യുടെ ഫലമാണെന്നുമുള്ള മതങ്ങളുടെ ദാർശനിക ചിന്താധാരകൾക്കെ തിരെ പ്രപഞ്ചം തികച്ചും ഭൗതികമാണെന്നും ദ്രവ്യത്തിന്റെ നൈസർഗ്ഗി കമായ ആഭ്യന്തരനിയമങ്ങളുടെ പ്രവർത്തന ഫലമായാണ് പ്രപഞ്ചം രൂപപ്പെട്ടതെന്നും, പ്രപഞ്ചത്തിൽ നടന്നുകൊണ്ടിരിക്കുന്ന മാറ്റങ്ങളും

പ്രകൃതിയിലെ നൈസർഗ്ഗികമായ നിയമങ്ങൾക്കു വിധേയമായാണ് സംഭവിച്ചുകൊണ്ടിരിക്കുന്നതെന്നും, പ്രകൃതിനിയമങ്ങൾക്കുപരിയായി മറ്റൊരു പ്രഥമകാരണമില്ലെന്നും ഇന്ത്യൻ വൈദ്യശാസ്ത്രം വിശദമാക്കി. മത-ശാസ്ത്രസംഘട്ടനം അനിവാര്യമായിത്തീർന്നതും മറ്റൊന്നുകൊ ണ്ടുമല്ല.

VII

പത്തൊമ്പതാം നൂറ്റാണ്ടോടുകൂടി ഇന്ത്യൻ ജനതയുടെ മുമ്പിൽ പുതിയ രൂപത്തിലും ഭാവത്തിലും അവതരിപ്പിക്കപ്പെട്ട ഹിന്ദു എന്ന പദം ക്രമത്തിൽ ആസേതുഹിമാചലഭുവിൽ വസിക്കുന്ന സകല മനുഷ്യരെ യും ഉൾക്കൊള്ളുന്ന ഒരു പദമായി വളർന്നു. പ്രാചീനഭാരതത്തെക്കുറിച്ചും നമ്മുടെ സംസ്കൃതിയെക്കുറിച്ചും പ്രതിപാദിക്കുമ്പോൾ പാശ്ചാത്യരും പൗരസ്ത്യരുമായ ഏതു ചിന്തകനും ഹിന്ദു എന്ന പദം ഉൾക്കൊണ്ടു. ഉദാഹരണമായി, ഭാരതീയ നവോത്ഥാന നായകനും കലാപകാരിയായ സന്ന്യാസിയുമായിരുന്ന സ്വാമി വിവേകാനന്ദൻ ഹിന്ദു എന്ന പദം അഭിമാനത്തോടുകൂടി ഉപയോഗിച്ചത് ഈ മഹത്തായ അർത്ഥത്തിലാ യിരുന്നു. 'എന്റെ വാക്കുകൾ ശ്രദ്ധിക്കൂ. നിങ്ങളുടെ നാട്ടുകാർക്കുള്ള ആയിരം കുറ്റങ്ങൾ കാണാൻ നിങ്ങൾക്കു കഴിഞ്ഞേക്കും. പക്ഷേ, അവർ ക്കും ഹിന്ദുരക്തമാണുള്ളതെന്നു ധരിക്കണം. നിങ്ങൾക്ക് ആരാദ്ധ്യരായ ഒന്നാമത്തെ ഈശ്വരന്മാരാണ് അവർ. അവരുടെ പ്രവൃത്തികളെല്ലാം നിങ്ങളെ ഉപദ്രവിക്കാനായിട്ടാണെങ്കിൽതന്നെ, നിങ്ങൾ അവർക്ക് സ്നേഹവചസ്സുകളാണ് അയച്ചു കൊടുക്കേണ്ടത്.. ഇത്തരക്കാരാണ് ഹിന്ദു എന്ന പേരിനു യോഗ്യൻ. എല്ലായ്പ്പോഴും ഇത്തരത്തിലൊരു ആദർശമാണ് നമ്മുടെ മുമ്പിൽ വേണ്ടത്. നമുക്കു കലഹായുധങ്ങളെല്ലാം ദൂരെ വലിച്ചെറിയാം. ഉൽകൃഷ്ടമായ ഈ സ്നേഹപ്രവാഹം ചുറ്റുപാടും പ്രസരിപ്പിക്കാം.'[37]

അതെ, ആസേതുഹിമാചലം നിവസിക്കുന്ന മനുഷ്യരെ എല്ലാവ രേയും യാതൊരു ഉപാധികളും കൂടാതെ ഉൾക്കൊള്ളാൻ കഴിയാത്ത, അവരിൽ ആരെങ്കിലും എതിരായി നിന്നാൽപ്പോലും അവരെ ഒന്നടങ്കം നിസ്വാർത്ഥരായി നിഷ്കളങ്കം കലവറയില്ലാതെ സ്നേഹിക്കാൻ കഴിയാത്ത ഒരാൾക്കും ഹിന്ദു എന്ന പദത്തിന് യോഗ്യതയില്ലെന്ന് സ്വാമി വിവേകാനന്ദൻ ഉൽബോധിപ്പിക്കുന്നു.

പ്രമുഖ ദാർശനികനും ഭാരതീയത എന്നാൽ ആത്മീയതയെന്ന് പറയാൻ വൈമുഖ്യം കാണിക്കാത്ത തികഞ്ഞ ആശയവാദിയുമായ ഡോ. രാധാകൃഷ്ണനും ഇതേ അർത്ഥത്തിലാണ് ഹിന്ദു എന്ന പദം ഉപയോഗിച്ചിരിക്കുന്നത്. ആരാധനാസമ്പ്രദായങ്ങളുടെ ശൈലിയിലോ ദേവതകളുടെ പേരിലോ ഉള്ള വ്യത്യാസം ഒരു മതത്തെയും ഹിന്ദുക്ക ളിൽനിന്നും അകറ്റി നിർത്തുന്നില്ല എന്നതിലും അദ്ദേഹം ഊന്നൽ കൊടു

ക്കുന്നു. 'ഹിന്ദു എന്ന ശബ്ദത്തിന് ആദ്യം പ്രാദേശികമായ അർത്ഥമാ
യിരുന്നു, മതപരമായ അർത്ഥമായിരുന്നില്ല ഉണ്ടായിരുന്നത്. സുവ്യക്ത
മായ ഒരു ഭൂപ്രദേശത്ത് വസിച്ചിരുന്നവർ എന്നായിരുന്നു അതിന്റെ
വിവക്ഷ. ഗോത്രവർഗ്ഗക്കാർ, അപരിഷ്കൃതരും അർദ്ധപരിഷ്കൃതരുമാ
യവർ, സംസ്കൃതരായ ദ്രാവിഡർ, വൈദികരായ ആര്യന്മാർ ഇവരെല്ലാം
ഹിന്ദുക്കളായിരുന്നു. ഒരേ മാതാവിന്റെ മക്കളായിരുന്നു. ഭാരതത്തിൽ
വസിക്കുന്ന സ്ത്രീ–പുരുഷന്മാർ വിഭിന്ന സമുദായക്കാരും വിഭിന്ന
ദേവതകളെ ഉപാസിക്കുന്നവരും, വിഭിന്ന ആചാരങ്ങൾ അനുഷ്ഠിക്കുന്ന
വരുമാണെന്ന പ്രകടമായ പരമാർത്ഥം ഹിന്ദു ചിന്തകന്മാർ അംഗീകരി
ച്ചിരുന്നു.' (*ഹിന്ദു വ്യൂ ഓഫ് ലൈഫ്*)

എന്നാൽ പിന്നീട് ഹിന്ദു എന്ന പദം ഹിന്ദുമതവിശ്വാസി എന്ന അർ
ത്ഥത്തിലേക്ക് മാത്രമായി ചുരുങ്ങി. ഒരു ഘട്ടത്തിൽ മുഴുവൻ ഭാരതീ
യരെയും അവരുടെ സംസ്കാരത്തെയും ആകമാനം കുറിക്കുന്നതിനു
വേണ്ടിയാണ് ഹിന്ദു എന്ന പദം ചിന്തകർ ഉപയോഗിച്ചതെങ്കിൽ ഇന്ന്
പൂർണ്ണമായും അതിന്റെ ഹീനമായ അർത്ഥത്തിലാണ് ഏവരും ഉപയോഗി
ക്കുന്നത്. ഹിന്ദുമതനവീകരണപ്രസ്ഥാനത്തിന്റെ വക്താക്കളും ആർ
എസ് എസ് എന്ന അർദ്ധഫാസിസ്റ്റ് സംഘടനയുടെ സ്ഥാപകരുമായ
മതമൂലതത്ത്വവാദികളാണ് കൊളോണിയൽ ചിന്തകരെ പിൻപറ്റി ഹിന്ദു
എന്ന പദത്തിന്റെ വിശ്വാതിശായിയായ മാനവതയെ അറിഞ്ഞെറിഞ്ഞത്.
ഭാരതീയരെയും അവരുടെ സംസ്കാരത്തെയും ആകമാനം ഉൾക്കൊണ്ടി
രുന്ന ഈ പദത്തെ ഒരു പ്രത്യേക മതത്തിന്റെ ചട്ടക്കൂട്ടിലേയ്ക്ക് അവർ
ചുരുട്ടിയെറിഞ്ഞു. അതിനുവേണ്ടി ഇന്ത്യാ ചരിത്രത്തെയും സംസ്കാര
ത്തെയും അവർ വികൃതപ്പെടുത്തി. ഇന്ത്യൻ ജനതനിൽ വേദം എന്ന
പദത്തിന് അത്ഭുതകരമായ സ്വാധീനമുണ്ടെന്ന് കണ്ടറിഞ്ഞ ഭാരതീകൃ
ഷ്ണതീർത്ഥയെപ്പോലുള്ള ചിലർ തങ്ങളുടെ ചിന്തയ്ക്ക് പഴക്കവും
ആധികാരികതയും സ്വീകാര്യതയും വർദ്ധിപ്പിക്കുവാൻ അവയ്ക്ക് വേദ
സമ്മതിയുണ്ടെന്ന് വരുത്തിത്തീർക്കാൻ വേദപദപ്രയോഗമടക്കമുള്ള
കൃത്രിമമായ ഒരുപാടു ഹീനമാർഗ്ഗങ്ങൾ ഉപയോഗപ്പെടുത്തിയതുപോ
ലെയാണ് ഹിന്ദു എന്ന പദത്തെയും അവർ ദുരുപയോഗപ്പെടുത്തിയത്.
ആർ എസ് എസ്, വിശ്വഹിന്ദു പരിഷത്ത്, ബജ്രംഗദൾ എന്നു തുടങ്ങിയ
സംഘടനകൾക്ക് പ്രവർത്തനോന്മേദനം നല്കുന്ന അടിസ്ഥാന താത്ത്വിക
ഗ്രന്ഥമായ *വിചാരധാര*യുടെ കർത്താവ് മാധവ സദാശിവ ഗോൾവൽക്കർ
ആയിരുന്നു ഹിന്ദുവിനെയും ഹിന്ദുസംസ്കാരത്തെയും 'വെടക്കാക്കി
സ്വന്തമാക്കുക' എന്ന പ്രക്രിയക്ക് കരുത്തേകിയത്.

അന്ധമായ മതമൗലികതാവാദത്തിന് സ്വന്തം ബുദ്ധി പണയപ്പെ
ടുത്തിയിട്ടുള്ള മസ്തിഷ്കവ്യാധി പിടിച്ച ഏതൊരുവനും അന്യമത
ക്കാരെയും അവരുടെ ആദർശങ്ങളെയും വെറുക്കുന്നു. ഇതര മതവിശ്വാ
സികളെ മുസ്ലീം മതമൗലികതാവാദികൾ 'കാഫിർ' എന്ന് അഭിസംബോ

ധന ചെയ്യുമ്പോൾ ഹിന്ദുമതാന്ധർ ഇക്കൂട്ടരെ 'മ്ലേച്ഛന്മാർ' എന്ന് സംസ്കൃതത്തിൽ തിരിച്ചടിക്കുന്നു. ഹിന്ദുമതത്തിന്റെ മഹിമ *വിചാരധാര* ക്കാരൻ വെളിപ്പെടുത്തുന്നതു നോക്കുക– 'നാം നല്ലവരും പ്രബുദ്ധരും ആയിരുന്നു. ഒരു മഹത്തായ പരിഷ്കാരവും ഒരു മഹത്തായ സംസ്കാ രവും ഒരു വിശിഷ്ട സമാജവ്യവസ്ഥയും നാം നടപ്പിലാക്കി. മനുഷ്യവർ ഗ്ഗത്തിനു ഗുണകരമായയുള്ള മിക്കകാര്യങ്ങളെയും നാം ശരിക്കുള്ള ജീവിതത്തിൽ കൊണ്ടുവന്നു. അക്കാലത്ത് മാനവവർഗ്ഗത്തിന്റെ ശിഷ്ടഭാഗം വെറും ഇരുകാലി മൃഗങ്ങൾ മാത്രമായിരുന്നതിനാൽ നമ്മെ തിരിച്ചറിയാൻ പ്രത്യേക പേരുകളൊന്നും നല്കിയിരുന്നില്ല. ചിലപ്പോൾ മറ്റുള്ളവരിൽനിന്നും വേർതിരിച്ചറിയാൻ നമ്മെ ബോധം തെളിഞ്ഞവർ എന്ന അർത്ഥത്തിൽ ആര്യന്മാർ എന്നും മറ്റുള്ളവരെ മ്ലേച്ഛന്മാർ എന്നും വിളിച്ചിരുന്നു.'[38] ഫാസിസത്തിന്റെ ആൾക്കൂട്ടമനശ്ശാസ്ത്രം തഴച്ചുവളരു ന്നതിന് അടിത്തറയിട്ട പ്രധാന കണ്ണികളിൽ ഒന്ന് ഈ രക്താഭിമാന മായിരുന്നുവെന്ന് ചരിത്രം സാക്ഷ്യപ്പെടുത്തുന്നു. ഹിറ്റ്ലർ സ്വമതസ്ഥരെ ആവേശഭരിതരാക്കിയത് അവരുടെ സിരകളിലൂടെ ഒഴുകുന്നത് ആര്യൻ രക്തമാണെന്ന് ഉദ്ബോധിപ്പിച്ചുകൊണ്ടായിരുന്നുവല്ലോ. എന്നാൽ ചരിത്രത്തിന്റെ വികാസ പ്രക്രിയയെക്കുറിച്ച് അടിസ്ഥാനപരമായ എന്തെങ്കിലും ധാരണ കൈമുതലാക്കിയിട്ടുള്ള ഏതൊരാൾക്കും രക്താഭിമാനത്തെ തികഞ്ഞ ബുദ്ധിശൂന്യതയെന്ന് തിരിച്ചറിയാൻ വിഷമ മുണ്ടാകില്ല. പ്രാചീന ഭാരതത്തിലെ ഭൗതികവാദികളായിരുന്ന ലോകായ തരുടെ പഴയ വാക്കുകളെപ്പോലും അതിജീവിക്കാൻ ഈ നൂറ്റാണ്ടിലെ ഹിന്ദു പുനരുജ്ജീവനവാദികൾക്കാവുന്നില്ല എന്നതിൽ നമുക്കു ഖേദി ക്കുക. 'ചണ്ഡാളന്റെയും ബ്രാഹ്മണന്റെയും സിരകളിലൂടെ ഒഴുകുന്നത് ഒരേ നിറത്തിലുള്ള ചോരയാണ്. ചണ്ഡാളന്റെ രൂപപ്രകൃതി ബ്രാഹ്മണ ന്റേതിൽനിന്ന് വ്യത്യസ്തമല്ല. മാത്രമല്ല, ഒരുവന്റെ പരിശുദ്ധി നിലനി ല്ക്കുന്നത് അവന്റെ പൂർവ്വികരുടെ പരിശുദ്ധിയിലാണ്. പൂർവ്വികരുടെ പരിശുദ്ധിയാകട്ടെ പ്രത്യക്ഷരം മുഖവിലയ്ക്കെടുക്കുവാൻ വയ്യാത്ത തുമാണ്. അസംഖ്യയങ്ങളായ തലമുറകൾ പിന്നിട്ടിട്ടുള്ള ഇന്നത്തെ മനുഷ്യ വംശത്തിൽ ഇന്ന ജാതി പരിശുദ്ധിയുള്ളത് ഇന്ന ജാതി പരിശുദ്ധിയില്ലാത്ത് എന്നിങ്ങനെ എങ്ങനെ നിർണ്ണയിക്കും. അതുകൊ ണ്ടുതന്നെ, ജാതിതിരിച്ചുള്ള പരിശുദ്ധി കല്പന നിരർത്ഥകമാണ്.'[39] എന്നായിരുന്നുവല്ലോ ലോകായതരുടെ പ്രഖ്യാപനം.

ഹിന്ദുമതത്തെ മറ്റു മതങ്ങളിൽനിന്നും ഉയർത്തിക്കാണിക്കുക എന്ന അന്ധമായ തീരുമാനത്തിൽ മാത്രം കേന്ദ്രീകരിച്ചുകൊണ്ടാണ് ഹിന്ദു വർഗ്ഗീയവാദികൾ മുമ്പ് ഉദ്ധരിച്ചവിധം കുറിച്ചുവെച്ചിട്ടുള്ളത്. ഭാരത ത്തിന്റെ ചരിത്രമോ സംസ്കാരമോ വസ്തുനിഷ്ഠമായി വിശകലനം ചെയ്യേണ്ട ബാദ്ധ്യത ഈ ആന്ധ്യം ബാധിച്ചവർക്കില്ലതന്നെ.

ഭാരതത്തിന്റെ ചരിത്രവും സംസ്കാരവും വസ്തുനിഷ്ഠമായി പഠിച്ച്

വിശകലനം ചെയ്തിട്ടുള്ള എല്ലാ ചരിത്രകാരന്മാരും ഒരു കാര്യത്തിൽ യോജിക്കുന്നു- ആര്യന്മാർ ഇന്ത്യയിലേക്ക് കുടിയേറിപ്പാർത്തവരാണ്.[40] അവരുടെ കുടിയേറ്റം എന്ന് ആരംഭിച്ചു എന്നതിൽമാത്രമെ അവർ ഭിന്നാഭിപ്രായം രേഖപ്പെടുത്തിയിട്ടുള്ളു. ഇന്ത്യയിലേക്ക് കുടിയേറിയ ആര്യന്മാർ[41] ഇന്ത്യയിൽ ജീവിച്ചിരുന്ന സംസ്കാരസമ്പന്നരായ തദ്ദേശ വാസികളുമായി മുഖാമുഖം പൊരുതിയതിന്റെ സാക്ഷ്യപ്പെടുത്തലുകൾ *ഋഗ്വേദത്തിൽ* തന്നെ സുലഭമാണ്.[42] *ഋഗ്വേദത്തിലെ* ആര്യ-ദാസ-ദസ്യു സംഘട്ടനങ്ങളെ മറ്റൊരു തരത്തിലും വ്യാഖ്യാനിക്കാനാവുകയില്ല. ഇടയ ജീവിതത്തിന്റെ ചരിത്രഘട്ടത്തെ പ്രതിനിധീകരിക്കുന്ന ആര്യന്മാരും കാർഷിക വൃത്തിയുടെയും നഗരസംസ്കാരത്തിന്റെയും ചരിത്രഘട്ടത്തെ പ്രതിനിധീകരിക്കുന്ന തദ്ദേശവാസികളും തമ്മിൽ നടന്ന വക്കാണങ്ങ ളുടെ മുഖ്യഘടകം കന്നുകാലികളായിരുന്നു. തദ്ദേശവാസികളുടെ നിരവധി കോട്ടകൾ തകർത്തവനായ ഇന്ദ്രനെ പുരങ്ങൾ തകർത്തവൻ എന്ന് പ്രകീർത്തിക്കുന്നുണ്ടെങ്കിലും ഒരിക്കലും പുരനിർമ്മാതാവ് എന്ന് വേദങ്ങൾ പ്രകീർത്തിച്ചിട്ടില്ല എന്നത് ശ്രദ്ധിക്കേണ്ടതാണ്. എന്നാൽ, കാലക്രമത്തിൽ ആര്യന്മാരും തദ്ദേശവാസികളും തമ്മിൽ പല പ്രകാര ത്തിലുള്ള കൊള്ളലും കൊടുക്കലും നടന്നു. *ഋഗ്വേദത്തിൽ* ദ്രാവിഡനാ യകനും അനാര്യനും അസുരനുമായിരുന്ന കറുത്തവനായ കൃഷ്ണൻ പില്ക്കാലത്ത് ആര്യന്മാർക്ക് സുസമ്മതനായിത്തീർന്നു.[43] *ഋഗ്വേദത്തിൽ* ആര്യദേവതയായ ഇന്ദ്രനുമായി അംശുമതീ നദീതീരത്തുവെച്ച് ഏറ്റുമു ട്ടിയ ശത്രുനിരയിലെ നായകനായിരുന്നു കൃഷ്ണൻ. സർപ്പാരാധനയും പശുപതി-രുദ്ര-ശിവ ഏകീകരണവും മറ്റും ദ്രാവിഡരുമായി ആര്യന്മാർ ഉണ്ടാക്കിയ സമന്വയത്തിന്റെ ഫലങ്ങളാണ് ദ്രാവിഡരിൽനിന്നാണ് ആര്യസമൂഹം യോഗസംബന്ധമായ വിജ്ഞാനം നേടിയതെന്നും പണ്ഡിതന്മാർ അഭിപ്രായപ്പെട്ടിട്ടുണ്ട്. ഈ തെളിവുകളുടെ പശ്ചാത്ത ലത്തിൽ ആര്യന്മാർ ഇതരജനവിഭാഗങ്ങളേക്കാൾ ഉന്നതരായിരുന്നു എന്ന വാദഗതി ഒരു മിഥ്യാ കല്പനയാണെന്നു മനസ്സിലാക്കാം.

ഹിന്ദുരാഷ്ട്രം എന്നത് ഹിന്ദുമതമൗലികതാവാദികളുടെ പ്രിയപ്പെട്ട മുദ്രാവാക്യമാണ്. ഹിന്ദുസ്ഥാനം ഹിന്ദുക്കൾക്ക് എന്ന് പറയുമ്പോൾ മുൻതലമുറ ഭാരതീയർ എന്ന സങ്കല്പത്തിൽ ഉപയോഗിച്ച ഹിന്ദു എന്ന പദം അവർ ഹിന്ദുമതവിശ്വാസികൾക്ക് എന്നാക്കി ചുരുക്കുന്നു. *വിചാരധാരക്കാരൻ* ഏറെ സമർത്ഥമായി ഈ ദൗത്യം ഇപ്രകാരം നിറവേറ്റുന്നു. 'നമ്മുടെ ഹിന്ദുരാഷ്ട്രസങ്കല്പം വെറും രാജനൈതികവും സാമ്പത്തികവുമായ അവകാശങ്ങളുടെ ഒരു സമാഹാരമല്ല, അത് തികച്ചും സാംസ്കാരികമായ ഒന്നാണ്. നമ്മുടെ പ്രാചീനവും ഉദാത്തവു മായ ജീവനത്തിന്റെ സാംസ്കാരികമൂല്യങ്ങളാണ് അതിന്റെ ജീവവായു.' (പുറം 49) സമീപകാലത്ത് ഇവർ വികസിപ്പിച്ചെടുത്ത സാംസ്കാരിക ദേശീയതയുടെ ബീജാങ്കുരങ്ങൾ ഉൾക്കൊള്ളുന്ന ഈ വാക്യങ്ങൾ ഒറ്റ

വായനയിൽ ഏറ്റവും ഉദാത്തമായ ഒരു സങ്കല്പമാണ് പ്രകാശിപ്പിക്കു ന്നത് എന്ന തെറ്റിദ്ധാരണ വായനക്കാരിൽ ഉണ്ടാക്കുന്നുണ്ട്. എന്നാൽ അനാദിയും അനിർവ്വചനീയവും അനുഭവമാത്ര ഗോചരവുമാണ് ഹിന്ദുവും ഹിന്ദുസംസ്കാരവും ഹിന്ദുദേശീയതയും എന്ന് ഉദ്ഘോഷി ക്കുന്ന *വിചാരധാരക്കാരന്റെ* മറ്റൊരു കപട മുഖം മാത്രമാണ് ഈ വാക്യങ്ങൾ എന്ന് നാം പിന്നീട് തിരിച്ചറിയുന്നു. കാരണം, ഈ ഭൂമികയിൽ നിന്നുകൊണ്ട് ഹിന്ദുസംസ്കാരത്തെയും ഹിന്ദുരാഷ്ട്രസങ്കല്പത്തെയും അദ്ദേഹം പച്ചയായി വെളിപ്പെടുത്തുന്നത് ഇങ്ങനെയാണ്–' സർവ്വശക്തൻ സ്വയം പ്രത്യക്ഷപ്പെടുന്ന വിരാട് പുരുഷനാണ് ഹിന്ദുജനത. ബ്രാഹ്മണൻ അതിന്റെ തലയാണ്, രാജാവ് ബാഹുക്കളും. വൈശ്യൻ ഊരുക്കളും ശൂദ്രൻ പാദങ്ങളുമാണ്. ഈ ചതുർവിധ വ്യവസ്ഥയുള്ള ജനത, അതായ തു ഹിന്ദുജനതയാണ് നമ്മുടെ ദൈവം.......സമാജത്തിൽ ഈശ്വരനെ ദർശിക്കുന്ന ഈ പരമമായ വീക്ഷണമാണ് നമ്മുടെ ദേശീയതാസങ്കല്പ ത്തിന്റെ കാതൽ. ഇതു നമ്മുടെ ചിന്തയെ ഉടനീളം സ്വാധീനിക്കുകയും നമ്മുടെ സാംസ്കാരിക പൈതൃകത്തിന്റെ വിവിധ സവിശേഷ സങ്കല്പ ങ്ങളെ സൃഷ്ടിക്കുകയും ചെയ്തിട്ടുണ്ട്.' (പുറം. 52–53)

വിചാരധാരക്കാരൻ ആധുനിക കപടനാട്യക്കാരായ ആർ എസ് എസ്, വിശ്വഹിന്ദു പരിഷത്ത്, തദ് ബുദ്ധിജീവികൾ എന്നിവരെപ്പോലെ പൊയ്മുഖങ്ങളണിയുന്നില്ല. രാമനിലൂടെ, അയോദ്ധ്യയിലൂടെ, കാശി യിലൂടെ, മഥുരയിലൂടെ വിശ്വാസികളുടെ ഹൃദയവികാരത്തെ ചൂഷണം ചെയ്യാൻ അതുകൊണ്ടുതന്നെ, *വിചാരധാരയിലൂടെ* ഗ്രന്ഥകാരൻ ആഹ്വാ നം മുഴക്കുന്നില്ല. അദ്ദേഹം വെട്ടിത്തുറന്നുതന്നെ പറഞ്ഞു– ഹിന്ദുമത ത്തിന്റെ മാത്രം പുനരുത്ഥാനമാണ് താൻ ദേശീയത എന്നതുകൊണ്ട് അർത്ഥമാക്കുന്നത്. ഹിന്ദുമതം എന്നാൽ ചാതുർവർണ്ണ്യവ്യവസ്ഥ എന്നർ ത്ഥം. അവിടെ ഹിന്ദുമതത്തിനല്ലാതെ ഇതര മതങ്ങൾക്കും മതക്കാർക്കും ഒരു സ്ഥാനവുമില്ല. 'നമ്മുടെ സമാജത്തിന്റെ മറ്റൊരു സവിശേഷമേന്മ വർണ്ണ വ്യവസ്ഥയാണ്. എന്നാൽ ഇന്ന് അതിനെ ജാതീയത എന്ന് മുദ്രകുത്തി പുച്ഛിച്ചു തള്ളുകയാണ്. വർണ്ണ വ്യവസ്ഥയെന്നു പരാമർശി ക്കുന്നതുതന്നെ അപഹസിക്കേണ്ട ഒന്നാണെന്നു നമ്മുടെ ആളുകൾക്കു തോന്നിത്തുടങ്ങിയിട്ടുണ്ട്. അതിലടങ്ങിയിട്ടുള്ള സാമൂഹ്യവ്യവസ്ഥയെ സാമൂഹ്യവിവേചനമായി അവർ പലപ്പോഴും തെറ്റിദ്ധരിക്കുന്നു.' (പുറം. 151) *വിചാരധാരക്കാരന്റെ* ചിന്താപരമായ ഈ സത്യസന്ധത തീർച്ചയാ യും അംഗീകരിക്കേണ്ടതാണെന്നതിൽ തർക്കമില്ല. എന്നാൽ, തങ്ങളുടെ ലക്ഷ്യവും ചാതുർ വർണ്ണ്യവ്യവസ്ഥിതിയിലുള്ള ഹിന്ദുമത–ഹിന്ദുരാഷ്ട്ര വ്യവസ്ഥാപനമാണ് എന്ന് സത്യസന്ധതയോടെ ജനങ്ങളോട് പറയാനുള്ള കരളുറപ്പ് ഇന്നത്തെ ഏതെങ്കിലും ഹിന്ദുമതമൗലികതാവാദി കൾക്ക് ലഭിച്ചിട്ടുണ്ടോ? വാസ്തവത്തിൽ തികഞ്ഞ കാപട്യവും വഞ്ചനയുമായി നടക്കുന്ന ഇവർ അത് തന്ത്രപരമായി നിഷേധിക്കുക

യാണ് ചെയ്യുന്നത്. കാരണം, തങ്ങളുടെ ഗുരുനാഥൻ പറയുന്നതുപോലെ ചാതുർവർണ്ണ്യ വ്യവസ്ഥ ഏറ്റവും ഉദാത്തമായ സങ്കല്പമാണെന്ന് ഇന്ത്യൻ ജനതയുടെ അനുഭവപാഠങ്ങൾ തെളിയിക്കുന്നില്ല. ഇന്നുപോ ലും സവർണ്ണരുടെ തീവെപ്പിൽ ചാരമാകുന്ന നൂറു നൂറു ദളിത് ഗ്രാമങ്ങൾ ഇന്ത്യൻ മനഃസാക്ഷിക്കുമുമ്പിൽ വലിയ ചോദ്യചിഹ്നമായി നിലകൊള്ളു ന്നു. ദളിത് ആദിവാസി ജനവിഭാഗങ്ങൾ ശാരീരികമായും മാനസികമാ യും പീഡിപ്പിക്കപ്പെടുന്നത് ഒരു വാർത്തയേ അല്ല. ദളിതർക്ക് വെള്ളം കോരിക്കുടിക്കാൻ അവകാശമില്ലാത്ത എത്രയോ കിണറുകൾ ഇന്നും ഭാരതത്തിലുണ്ടെന്നോ? അയിത്തവും മറ്റനാചാരങ്ങളും നിലനില്ക്കുന്ന നിരവധി ഗ്രാമങ്ങൾ ഇന്നും ഇന്ത്യയിൽ കാണപ്പെടുന്നു. സർക്കാർ ആപ്പീസുകളിൽപോലും ദളിതനു കുടിക്കാൻ പ്രത്യേകം പാത്രങ്ങൾ സജ്ജീകരിച്ചിട്ടുള്ള സംസ്ഥാനങ്ങൾ ഇന്ത്യൻ മനഃസാക്ഷിക്കുമുമ്പിൽ വലിയ പുഴുക്കുത്തായി ഇന്നും നിലകൊള്ളുന്നു, അതും ആർക്കും ഒരു മുറുമുറുപ്പുപോലും ഇല്ലാതെ! സർക്കാരാപ്പീസിൽ ദളിതൻ ഇരുന്ന കസേര കഴുകി ചാണകവും പുണ്യാഹവും തളിച്ച് ശുദ്ധിചെയ്തത് നമ്മുടെ കേരളത്തിലാണ്. നരനു നരൻ അശുദ്ധവസ്തുവായിരുന്ന പഴയ പീഡനകാലത്തിന്റെ ഈ തിരുശേഷിപ്പുകളുടെ മുന്നിൽ ചാതുർ വർണ്ണ്യവ്യവസ്ഥയെ പുകഴ്ത്തിപ്പാടുക സുസ്സാദ്ധ്യമല്ല. അതുകൊണ്ടു തന്നെ, ബുദ്ധിപരമായ സത്യസന്ധത അപകടമാണെന്ന് അവർ തിരിച്ചറി യുന്നു. എന്നാൽ അവരുടെ അടിസ്ഥാനപരമായ നിലപാട് മാറ്റമില്ലാത്ത താണ്. ഗോൾവാൾക്കറുടെ അഭിപ്രായത്തിൽ ഈ ഉച്ചനീചത്വങ്ങളെല്ലാം ആധുനിക കാലത്ത് സംഭവിച്ചതാണ്. അദ്ദേഹം പറയുന്നു- 'ഉച്ചനീചത്വ ത്തിന്റേതായ അസമത്വചിന്ത താരതമ്യേന അടുത്തകാലത്താണ് വർണ്ണ വ്യവസ്ഥയിൽ കടന്നുകൂടിയത്. വിഭജിച്ചു ഭരിക്കുകയെന്ന തങ്ങളുടെ നയത്തിനനുസൃതമായി തന്ത്രജ്ഞരായ ബ്രിട്ടീഷുകാർ ഈ തലതി രിഞ്ഞ ചിന്തയ്ക്ക് കൂടുതൽ വളം വെച്ചുകൊടുക്കുകയും ചെയ്തു. എന്നാ ൽ ഈ സാമൂഹ്യവ്യവസ്ഥയുടെ ആദിരൂപത്തിൽ അതിന്റെ ഘടകങ്ങൾ ക്കിടയിൽ വലിപ്പ-ചെറുപ്പത്തിന്റെയോ, ഉച്ചനീചത്വത്തിന്റെയോ ഭേദഭാ വനകൾക്ക് സ്ഥാനമുണ്ടായിരുന്നില്ല'. (പുറം, 151)

തന്റെ ശരീരവും ജീവിതവും തമ്പ്രാന്റെ കഞ്ഞിയും കരിക്കുമാണെ ന്നും, ചവിട്ടുന്ന തമ്പ്രാന്റെ കാലടികൾ നാക്കുകൊണ്ട് തഴുകാനുള്ളതാ ണെന്നും ഉള്ള ബോധത്തിന്റെ പരകോടിയിൽ തളഞ്ഞുകിടക്കുന്ന ഒരു സമൂഹത്തിനു മുന്നിൽ *വിചാരധാരക്കാരന്റെ* ഈ ഉദ്ബോധനം അനി വാര്യമായ ഫലമുളവാക്കിയേക്കാം. എന്നാൽ അക്ഷരമറിയുന്ന അടിമ യുടെ മുന്നിൽ ഈ ഗിരിപ്രഭാഷണം വിലപ്പോവില്ല എന്നത് എടുത്തു പറയേണ്ടതില്ല. കേരളത്തിലെ വർഗ്ഗീയതയുടെ വിചാരകേന്ദ്ര ങ്ങളിൽനിന്നു പുതിയ വ്യാഖ്യാനങ്ങളും പതിപ്പുകളും മറ്റൊന്നുകൊണ്ടു മല്ല പുറത്തേക്ക് വരുന്നത്. ചാതുർവർണ്ണ്യവ്യവസ്ഥ എന്നെങ്കിലും

മനുഷ്യരെ സമഭാവനയോടെ കണ്ടിട്ടുണ്ടോ? ശംബൂകനെ ദ്വാപരയുഗ ത്തിൽ (അതോ ത്രേതാ യുഗത്തിലോ) ശ്രീരാമൻ കഴുത്തറുത്തത് എന്തി നാണ്? സൂതപുത്രനെന്ന് തെറ്റിദ്ധരിക്കപ്പെട്ട കർണ്ണനും നീചജാതിയിൽ പിറന്നവനായ ഏകലവ്യനും ദ്രോണർ വിദ്യ നിഷേധിച്ചതെന്തുകൊ ണ്ടാണ്? വിദുരർക്ക് *മഹാഭാരതത്തിൽ* ഒരു രണ്ടാംതരം പൗരത്വം കല്പി ക്കപ്പെട്ടത് എന്തുകൊണ്ടാണ്? ചാതുർവർണ്ണ്യവ്യവസ്ഥയുടെ നിയമസം ഹിതയുടെ അപ്പോസ്തലനായ മനുവും ഇതര സ്മൃതികർത്താക്കളും ബ്രാഹ്മണഹത്യ മഹാപാതകമായും ശൂദ്രഹത്യ പൂച്ചയെയും കാക്കയെ യും കൊല്ലുന്നതിനു സമമായുമല്ലേ പരിഗണിച്ചിരിക്കുന്നത്? എന്നെല്ലാം തിരിച്ചു ചോദിക്കാൻ കെല്പുള്ള അക്ഷരമറിയുന്ന ശൂദ്രന്മാർ കേരളത്തി ലുണ്ട് എന്നതുകൊണ്ട് മാത്രമല്ല, ശ്രീ ശങ്കരന്റെ അപശൂദ്രാധിക രണമടക്കം പഠിച്ചുമനസ്സിലാക്കിയവരാണ് കേരളീയർ എന്ന തിരിച്ചറിവും വർഗ്ഗീയതയുടെ പേക്കോലങ്ങൾക്ക് വിചാരധാരക്കാരന്റെ സത്യസന്ധത നടിക്കാൻപോലും കഴിയാത്ത സാഹചര്യമുണ്ടാക്കുന്നു. എന്നാൽ, ഈ ഒരു സാഹചര്യ സമ്മർദ്ദം നേരിടേണ്ടിവന്നിട്ടില്ലാത്ത ഗോൾവാൾക്കർക്ക് സ്വന്തം നിലപാട് ഉച്ചൈസ്തരം ആവർത്തിക്കാൻ അവസരം കൊടുത്തു. തികഞ്ഞ സത്യസന്ധതയോടെ അദ്ദേഹം അത് ഉദ്ഘോഷിക്കുകയും ചെയ്തു.

'നാമെല്ലാം ഹിന്ദുക്കളായി ജനിച്ചു എന്നതുകൊണ്ട് ഈ ഐക്യം (ഹിന്ദുരാഷ്ട്ര പുനർനിർമ്മാണകർമ്മെക്യം) നമ്മുടെ രക്തത്തിൽ കലർ ന്നിട്ടുണ്ടെന്നു നാമെല്ലാം ഓർക്കുക. വെറും മനുഷ്യനായല്ലാതെ ആരും ഹിന്ദുവായയോ മുസ്ലീമായയോ ക്രിസ്ത്യാനിയായയോ ജനിക്കുന്നില്ലെന്ന് ചില ബുദ്ധിമാന്മാർ ഇന്നു പറഞ്ഞേക്കാം. മറ്റുള്ളവരെപ്പറ്റി ഇതു ശരിയായി രിക്കാം. എന്നാൽ ഹിന്ദുവിനെ സംബന്ധിച്ചിടത്തോളം ആദ്യത്തെ സംസ്കാരം അമ്മയുടെ ഗർഭപാത്രത്തിൽ കിടക്കുമ്പോഴും ഒടുവില ത്തേതു ശരീരം അഗ്നിജ്വാലയിൽ ദഹിക്കുമ്പോഴും ലഭിക്കുന്നു..... യഥാർ ത്ഥത്തിൽ നാം അമ്മയുടെ ഗർഭപാത്രത്തിൽ നിന്നു പുറത്തുകടക്കു ന്നതിനു മുമ്പുതന്നെ ഹിന്ദുക്കളാണ്. അതുകൊണ്ട് ഹിന്ദുക്കളായാണ് നാം ജനിക്കുന്നത്. മറ്റുള്ളവരെ സംബന്ധിച്ചിടത്തോളം അവർ പേരില്ലാ ത്ത മനുഷ്യക്കുഞ്ഞുങ്ങളായി ഈ ലോകത്ത് ജനിക്കുകയും പിന്നീട് മാമോദീസയോ സുന്നത്തോ കഴിയുന്നതിന്നനുസരിച്ച് ക്രിസ്ത്യാനിയോ മുസ്ലീമോ ആവുകയും ചെയ്യുന്നു. (പുറം. 164)

സിന്ധുനദിയുടെ മറുകരയിൽ പാർക്കുന്നവർ, അല്ലെങ്കിൽ ആസേ തുഹിമാചലഭുവിൽ പാർക്കുന്നവരാണ് ഹിന്ദുക്കൾ എന്ന സങ്കല്പ ത്തോട് ഗോൾവാൾക്കർക്ക് യാതൊരു മമതയുമില്ല. ഹിന്ദു എന്നാൽ ഗോൾവാൾക്കറെ സംബന്ധിച്ചിടത്തോളം ഹിന്ദുമതത്തിൽ പിറന്നവൻ എന്നുമാത്രമാണ് അർത്ഥം. 'ഏതെങ്കിലും ഒരു പ്രത്യേക സ്ഥലത്തു ജനിച്ചതുകൊണ്ടോ വളർത്തപ്പെട്ടതുകൊണ്ടോ മാത്രം അതിനനുസൃ

തമായൊരു മനോഭാവമില്ലെങ്കിൽ ഒരാൾക്ക് അവിടത്തെ ദേശീയന്റെ പദവി ലഭിക്കുന്നില്ല. ദേശീയതയ്ക്കു സാർവ്വലൗകികമായി അംഗീകരിക്ക പ്പെട്ടിട്ടുള്ള ഉപാധി മാനസികമായ കൂറാണ്.' എന്താണ് ഈ മാനസിക മായ കൂറ്? ഗോൾവാൾക്കർ മറ്റൊരിടത്ത് വ്യക്തമാക്കുന്നു– 'രാജനെ തികമോ മറ്റേതുവിധത്തിലുള്ളതോ ആയ പരിഗണനകളാലും നമ്മുടെ കാൽ ഇടറിപ്പോകാതിരിക്കത്തക്കവിധം നമ്മുടെ ദേശീയതയുടെ അവഗാഢമായ ഭാവാത്മകസംസ്കാരം (അതെ. ഇതു ഹിന്ദുരാഷ്ട്രമാണ് എന്ന് വേരുറച്ച ദൃഢമായ വിശ്വാസത്തിൽ ഉയിർക്കൊണ്ട സംസ്കാരം) നമുക്ക് ഉൾക്കൊള്ളുകതന്നെ വേണമെന്ന് നാം പറയുന്നു. നമ്മുടെ ദൈനംദിന വ്യവഹാരങ്ങളിൽ തദനുസൃതമായ ഒരു ജീവിതമാതൃക ഇല്ലാത്തിടത്തോളം കാലം ഹിന്ദുദേശീയതയെയും ഹിന്ദുജീവിതരീതി യുടെ മഹത്വത്തെയുംകുറിച്ചു പറഞ്ഞതുകൊണ്ട് ഫലമില്ല.' (പുറം. 88)

എന്നുവെച്ച് മ്ലേച്ഛന്മാരായ അന്യമതസ്ഥർ ഈ ഹിന്ദുരാഷ്ട്രം വിട്ട് പുറത്തുപോകണം എന്നൊന്നും ഗോൾവാൾക്കർ ആവശ്യപ്പെടുന്നില്ലെ ന്നത് തികച്ചും അഹിന്ദുക്കളുടെ ജന്മസുകൃതമാണെന്ന് അംഗീകരിക്കാം. അദ്ദേഹത്തിന്റെ ശിഷ്യന്മാർ – '1947ൽ കണക്കു പറഞ്ഞ് ഭാഗംവാങ്ങി പോയവർക്ക് ഇനി ഇവിടെ എന്തു കാര്യം'? എന്നു ചോദിക്കുന്ന പശ്ചാ ത്തലത്തിൽ ഗോൾവാൾക്കർ എത്രയോ വിശാല ഹൃദയൻ എന്നു തോന്നി പ്പോകും! എന്നാൽ അണ്ടിയോടടുക്കുമ്പോഴാണ് മാങ്ങയുടെ പുളി അനുഭവ വേദ്യമാകുന്നത്. അഹിന്ദുക്കൾക്കും ഹിന്ദുരാഷ്ട്രത്തിൽ താമ സിക്കാം. എന്നാൽ അതിനു ചില മുന്നുപാധികൾ നിറവേറ്റണം. അത്തര ക്കാർക്ക് ആത്മാഭിമാനം എന്നത് ഉണ്ടാകാൻ പാടില്ലതന്നെ. 'നാം വീണ്ടും പരാക്രമവാദത്തെ ഉജ്ജീവിപ്പിക്കണം. അതിനാനി ഇവിടെ താമസിക്കുന്ന അഹിന്ദുവിന് ഒരു രാഷ്ട്രധർമ്മം (രാഷ്ട്രത്തോടുള്ള ഉത്തരവാദിത്വം), ഒരു സമാജധർമ്മം (സമാജത്തോടുള്ള കടമ), ഒരു കുലധർമ്മം (പൂർവ്വി കന്മാരോടുള്ള കടമ) ഉണ്ടെന്നും വ്യക്തിധർമ്മത്തിൽ മാത്രം തന്റെ ആദ്ധ്യാത്മിക പ്രേരണയെ തൃപ്തിപ്പെടുത്തുന്ന ഏതുമാർഗ്ഗവും സ്വീകരി ക്കാവുന്നതാണെന്നും നാം വ്യക്തമാക്കണം. അങ്ങനെ സാമൂഹ്യ ജീവിത ത്തിലെ ഈ വിവിധ കർത്തവ്യങ്ങൾ നിറവേറ്റിയതിനുശേഷം വല്ലയാളും ഖുറാനോ, ബൈബിളോ തങ്ങൾ പഠിച്ചിട്ടുണ്ടെന്നും അതിലെ ആരാധ നാരീതി തന്റെ ഹൃദയത്തിന് ആനന്ദം തരുന്നുവെന്നും അതിൽ കൂടി തനിക്കു കൂടുതൽ നല്ലനിലയിൽ പ്രാർത്ഥിക്കാമെന്നും പറയുകയാണെ ങ്കിൽ നമുക്ക് യാതൊരു എതിർപ്പുമില്ല. അതുവഴി അവനു തന്റെ വ്യ ക്തിജീവിതത്തിന്റെ ഒരു ഭാഗം സ്വന്തം ഇഷ്ടാനുസാരിയാക്കിത്തീർക്കാം. ബാക്കി ഭാഗത്തെ സംബന്ധിച്ചിടത്തോളം അവനു രാഷ്ട്രീയ പ്രവാഹ വുമായി ഏകാത്മകത ഉണ്ടായിരിക്കണം. അതാണ് ശരിയായ ആത്മസാ ത്കരണം' (പുറം. 181)

ആത്മാഭിമാനം പണയംവെച്ച് ഹിന്ദുസംസ്കാരവും, 'ഹിന്ദുരാ

ഷ്ട്രവാദവും, ഹിന്ദുദേശീയതയും ഹിന്ദു കുലധർമ്മവും അംഗീകരിച്ച് നല്ല പ്രജയായി കഴിയാൻ തയ്യാറുള്ളവരെ ഗോൾവാൾക്കർ പൂർണ്ണമന സ്സോടെ സ്വാഗതം ചെയ്യുന്നു. അത്തരമൊരു അവസ്ഥയിലേക്ക് എത്തിച്ചേരാൻ ഒരാൾക്കും കഴിയില്ല എന്ന് ഗോൾവാൾക്കർക്ക് വ്യക്തമായ ധാരണയുണ്ടായിരുന്നു. ഹിന്ദുമതത്തെ വിട്ട് മറ്റേതെങ്കിലും മതത്തിൽ തെല്ലെങ്കിലും വിശ്വാസമുള്ള ഒരാൾക്കും ഹിന്ദുരാഷ്ട്രത്തോട് സ്നേഹവും ഭക്തിയും നിലനിർത്താനാവില്ല എന്ന് അദ്ദേഹം മുമ്പേ പ്രഖ്യാപിച്ചിട്ടുള്ളത് (പുറം. 174) മറ്റൊന്നുകൊണ്ടുമല്ല. 'യുഗങ്ങളായി ഹൈന്ദവഹൃദയത്തിൽ എരിഞ്ഞു നീറിക്കൊണ്ടിരിക്കുന്ന അനശ്വര ങ്ങളായ തീക്കനലുകളെ മൂടിക്കിടക്കുന്ന ആത്മവിസ്മൃതിയുടെയും പരാനുകരണത്തിന്റെയും ചാരങ്ങൾ ഊതിയകറ്റി ഹിന്ദു ജീവിത രീതിയെ വീണ്ടും ആളിക്കത്തിച്ച് ഈ പുണ്യഭൂമിയായ രാഷ്ട്രത്തിന്റെ ആത്മാവിന്റെ പവിത്രജ്വാല അതിന്റെ മുഴുവൻ ശോഭയോടും കൂടി ഒരിക്കൽകൂടി തെളിഞ്ഞു പ്രകാശിക്കുന്ന കൃത്യം അതിനാൽ രാഷ്ട്രീയ സ്വധർമ്മത്തിന്റെ ആഹ്വാനമായി' (പുറം. 94) പ്രഖ്യാപിച്ച ഗോൾവാൾക്ക റുടെ ഉള്ളിലിരിപ്പ് ഇക്കാര്യം അടിവരയിട്ടു തെളിയിക്കുന്നു.

അതെ. ചാതുർവർണ്ണ്യവ്യവസ്ഥിതിയിൽ അധിഷ്ഠിതമായ ഹിന്ദുമത പുനരുജ്ജീവനത്തിൽ വേരുന്നിയ ഹിന്ദുരാഷ്ട്രവാദമാണ് ആർഷഭാരതം, ഭാരതവർഷം, സനാതനധർമ്മം, വിശാല ഹിന്ദു, ഹിന്ദുത്വം, എന്നിങ്ങനെ പല രൂപത്തിലും ഭാവത്തിലും ഭാരതത്തിന്റെ അന്തരീക്ഷത്തെ മലീമസ പ്പെടുത്തുന്നത്. അതിനുവേണ്ടി എന്തും ചെയ്യാൻ ഈ മസ്തിഷ്കവ്യാധി പീഡിതർ തയ്യാറാവുന്നു. ദേശീയ നവോത്ഥാന നായകരെ മാത്രമല്ല, ദേശീയ പതാകയെപ്പോലും ഇത്തരം ആവശ്യങ്ങൾക്കുവേണ്ടി ഉപയോ ഗിക്കാനുള്ള അവസരം ഇന്ത്യൻ ഭരണാധികാരികൾ ഇക്കൂട്ടർക്ക് ചെയ്തു കൊടുക്കുന്നു. താൽക്കാലികമായ നേട്ടങ്ങൾക്കുവേണ്ടി നടത്തുന്ന ഇത്തരം വിട്ടുവീഴ്ചകൾ സ്വയം വിഴുങ്ങപ്പെടുക എന്ന അവസ്ഥയിലേ ക്കാണ് ഇന്ത്യൻ ഭരണാധികാരികളെ നയിച്ചുകൊണ്ടിരിക്കുന്നത്. കൂടെ വിഴുങ്ങപ്പെടുന്നത് നമ്മളും കൂടിയാണെന്നത് തികഞ്ഞ ജാഗ്രതക്കുള്ള മുന്നറിയിപ്പാണ്.

കുറിപ്പുകൾ

1. എസ് പി ഗുപ്തയുടെ *ദി ഇന്തുസ്-സരസ്വതി സിവിലൈസേഷൻ- ഒറിജിൻ, പ്രോബ്ലം ആന്റ് ഇഷ്യു,* ഡൽഹി. 1996, ബി ബി ലാൽ, *ഋഗേദിക്ആര്യൻസ്-ദി ഡിബേറ്റ് മസ്റ്റ് ഗോ ഓൺ, ഈസ്റ്റ് ആന്റ് വെസ്റ്റ്,* വാള്യം 48, ലക്കം 3–4, 1998 എന്നീ പഠനങ്ങൾ കാണുക

2. നഞ്ച്യച8 പ്രാച്യഭരതേഷു .iv. 2. 113

3. ശരാവതീ നദിയുടെ കിഴക്ക്-തെക്കു വ്യാപിച്ചുകിടക്കുന്ന ദേശമാ യിരുന്നു പ്രാച്യം. അതിന്റെ വടക്കുപടിഞ്ഞാറുഭാഗം ഉദീച്യം.

ഭാരതവർഷത്തിന്റെ കിഴക്കു- വടക്കുത്ഭവിച്ച് തെക്കു-പടിഞ്ഞാ
റോട്ടൊഴുകി സമുദ്രത്തിൽ ചേരുന്ന നദിയത്രെ ശരാവതീ. *അമര
കോശം, നാഷണൽ ബുക്സ്റ്റാൾ, കോട്ടയം, 1983, പുറം 246*

4.   ഡി സി സർക്കാർ, *സെലക്റ്റഡ് ഇൻസ്ക്രിപ്ഷൻസ് ബെയറിങ്
       ഓൺ ഇന്ത്യൻ ഹിസ്റ്ററി ആന്റ് സിവിലൈസേഷൻ,* 1. നമ്പർ.91.
       വരി 10

5.   *സർവ്വവിജ്ഞാനകോശം, തിരുവനന്തപുരം, 1998, ഭാഗം. ix. പുറം.*
       619–20

6.   വിശദമായ ചർച്ചയ്ക്ക് എസ് എം അലി, *ദി ജിയോഗ്രഫി ഓഫ് ദി
       പുരാണാസ്,* ന്യൂഡൽഹി, 1966, പുറം 109 നോക്കുക

7.   ജംബുദ്വീപ് ആദ്യകാല ബൗദ്ധ-ജൈന സാഹിത്യങ്ങളിലാണ്
       ആദ്യമായി പ്രത്യക്ഷപ്പെടുന്നത്. വൈദിക സാഹിത്യങ്ങളിലോ
       പാണിനിയുടെ *അഷ്ടാദ്ധ്യായിയിലോ* ജംബുദ്വീപ് എന്നൊരു
       പദമില്ല. പാണിനി ജംബു എന്ന മരത്തെക്കുറിച്ച് പരാമർശി
       ക്കുന്നുണ്ട്. ജംബുമരം ധാരാളമുള്ള പ്രദേശം എന്നായിരിക്കണം
       ജംബുദ്വീപം എന്ന പദം അർത്ഥമാക്കുന്നത്. ജംബുമരം പുരാണ
       പ്രസിദ്ധമാണ്. നൂറു യോജന ഉയരം, പതിനഞ്ച് യോജന വിസ്തീർ
       ണ്ണമുള്ള തടി, അമ്പതു യോജന നീണ്ടുകിടക്കുന്ന ശാഖകൾ, നൂറു
       യോജന പരന്നുകിടക്കുന്ന മഹാവൃക്ഷമാണത്രെ ജംബു മരം.

8.   കൂടുതൽ വിവരങ്ങൾക്ക് *വാമനപുരാണം* 13-ാംഅദ്ധ്യായം
       നോക്കുക. ജംബുദ്വീപത്തെക്കുറിച്ച് ദേവീഭാഗവതത്തിന്റെ എട്ടാം
       സ്കന്ധത്തിൽ മറ്റുചില പാഠങ്ങൾ ലഭിക്കുന്നു. ജംബുദ്വീപവും
       ഭാരതവർഷവും ഒന്നാണെന്ന പരാമർശവും ചില പുരാണങ്ങൾ
       മുന്നോട്ടുവെക്കുന്നുണ്ട്

9.   നേമിചന്ദ്രശാസ്ത്രി (എഡി), വാരണാസി, 1964. IV.12

10.   വിശദമായ ചർച്ചയ്ക്ക് ഡി എൻ ജാ എഴുതിയ *ലുക്കിങ് ഫോർ എ
       ഹിന്ദു ഐഡന്റിറ്റി,* വിശ്വഭാരതി, ശാന്തിനികേതൻ, 2006 എന്ന
       പുസ്തകം നോക്കുക.

11.   മഖൻലാൽ, *ഇന്ത്യ ആന്റ് ദ വേൾഡ് ഫോർ സിക്സ്,* നാഷണൽ
       കൗൺസിൽ ഓഫ് എഡുക്കേഷണൽ റിസർച്ച് ആന്റ് ട്രെയ്നിങ്,
       ന്യൂ ഡൽഹി, 2002. പുറം. 133

12.   നവാൽ കെ പ്രജ്ഞ, *എക്സ്പ്ലെയ്നിങ് ഹിന്ദു ധർമ്മ: എ ഗെയ്ഡ്
       ഫോർ ടീച്ചേഴ്സ്,* നോർവിച്ച്, 1996. പുറങ്ങൾ 7, 13, 54, 153.

13.   *വിവേകാനന്ദ സാഹിത്യ സർവ്വസ്വം, ശ്രീരാമകൃഷ്ണാശ്രമം,
       പുറനാട്ടുകര, 1980 ഭാഗം. 3. പുറം 120.*

14.   Edward C Sachau (Tr) Alberuni's India, London, 1910, Pp, 7, 19, 21

15.   Philip B Wagoner, `Sultan Amoung Hindu Kings.....' Journal of
       Asian Studies, Vol. 55. No.4. Nov. 1996

16. *ധർമ്മപദം ഭാഷ,* കെ രാഘവൻ തിരുമുൽപ്പാട്, I.5

17. വിശദമായ ചർച്ചയ്ക്ക് ലേഖകന്റെ *മാർക്സിസവും ഭഗവദ്ഗീതയും* എന്ന പുസ്തകം നോക്കുക

18. *മനുസ്മൃതി,* 1. 118, 7. 98, 9. 64, 325 തുടങ്ങിയ കാരികകൾ കാണുക

19. സാക്ഷാത്കൃതധർമ്മാണ ഋഷയോ ബഭുവുഃ, യാസ്കൻ, നിരുക്തം, 1. 6. 20

20. വേദോഖിലോ ധർമ്മമൂലം, *മനുസ്മൃതി.* 2. 6

21. ഇതിഹാസപുരാണം പഞ്ചമം വേദാനാം വേദം ഛാന്ദോഗ്യാ പനിഷത്ത്. 7. 2

22. വിശദമായ ചർച്ചയ്ക്ക് ദേബീപ്രസാദ് ചതോപാദ്ധ്യായയുടെ *ലോകായതം* നോക്കുക

23. *ഋഗ്വേദം,* 5. 30. 1, 6. 18. 3, 6. 27. 3, 8. 64. 7, 8. 100. 3, 10. 22. 1 തുടങ്ങിയ മന്ത്രങ്ങൾ കാണുക

24. *മുണ്ഡ.* 2. 3, *കഠ.* 1. 2. 23, *ബൃഹ.* 1. 5. 23, *കൗഷീതകി.* 5. 11. 24, *തൈത്തിരി.* 2. 5 കാണുക

25. വിശദമായ ചർച്ചയ്ക്ക് *നിരുക്തം* 1. 5. 14 നോക്കുക

26. *മത്സ്യപുരാണം* 53. 3. 20, 5. 3. 1.20. *നാരദീയപുരാണം* 2. 24. 16 എന്നിവ കാണുക

27. *ഭാരതീയദർശനം, മാതൃഭൂമി,* കോഴിക്കോട്, 1978, ഭാഗം 2. പുറം. 4, 293

28. *ഭാരതീയദർശനം, മാതൃഭൂമി,* കോഴിക്കോട്, 1978, ഭാഗം 2. പുറം. 6

29. *ഭാരതീയദർശനം, മാതൃഭൂമി,* കോഴിക്കോട്, 1983, ഭാഗം 1. പുറം. 249

30. റൊമീല ഥാപ്പർ, *ഇന്റർപ്രെട്ടിങ് ഏർളി ഇന്ത്യ,* ഓക്സ്ഫോർഡ് യൂണിവേഴ്സിറ്റി പ്രസ്, ന്യൂ ഡെൽഹി, 1994, പുറം. 73–74. ബുദ്ധനെയും മറ്റും അംഗീകരിക്കുക വഴി ബുദ്ധവിഹാരങ്ങളി ലേക്കും അവിടെയുള്ള സമ്പത്തിലേക്കും ബ്രാഹ്മണപുരോഹിതർ കടന്നു കയറിയ കഥ ഇക്കൂട്ടർ മറക്കുന്നു. ബുദ്ധവിഹാരങ്ങൾ പില്ക്കാലത്ത് വൈഷ്ണവ-ശൈവ ക്ഷേത്രങ്ങളായി പരിവർത്തനം ചെയ്യപ്പെട്ടതും ബുദ്ധമതത്തിന് ജന്മനാടുതന്നെ ഉപേക്ഷിക്കേ ണ്ടിവന്നതിന്റെ ചരിത്രവും വേറെ പഠിക്കാൻ കിടക്കുന്നു. *ശങ്കരദി ഗ്വിജയത്തിൽ* രേഖപ്പെടുത്തിയിരിക്കുന്നത് ബുദ്ധനെ ഉന്മൂലനം ചെയ്യാനാണ് പരമശിവൻ ശങ്കരനായി അവതരിച്ചത് എന്നാണ്. (1. 28–43). ശങ്കരാനുയായികളോടും ഇതരഹിന്ദുമതാനുയായികളോടും ഏറ്റുമുട്ടിയതിന്റെ പരിണതഫലമാണ് ബുദ്ധവിഗ്രഹങ്ങളുടേയും ബുദ്ധവിഹാരങ്ങളുടേയും അംഗച്ഛേദവും തകർച്ചയും.

31. *വിഗ്രഹാരാധനാഖണ്ഡനം,* സിദ്ധാശ്രമം, ആലത്തൂർ, 1999, പുറം. 51

32. വിരോധഃ ശാശ്വതികഃ. *വ്യാകരണമഹാഭാഷ്യം.* 2. 4. 9

33. ഡി ആർ പാട്ടീൽ, *ആന്റിക്വേറിയം റിമെയ്ൻസ് ഓഫ് ബിഹാർ*, 1963. പുറം. 304

34. വിശദവിവരങ്ങൾക്ക് റൊമീല ഥാപ്പർ, *ഇന്റർപ്രെട്ടിങ് ഏർളി ഇന്ത്യ*, പുറം. 73–74 നോക്കുക

35. പദ്യു ഹ വാ ഏതദ് ശ്മശാനം യദ് ശൂദ്രഃ തസ്മാദ് ശൂദ്രസമീപേ ന അദ്ധ്യേതവ്യം. 18. 11. 12

36. അഥാസ്യ വേദമുപശ്രുണ്വതഃ ത്രപുജതുഭ്യാം ശ്രോത്ര പ്രതിപൂരണം. ഉദാഹരണേ ജിഹ്വാച്ഛേദോ ധാരണേ ശരീരഭേദഃ. *ഗൗതമധർമ്മസൂത്രം*. 2. 3. 4

37. *വിവേകാനന്ദ സാഹിത്യ സർവ്വസ്വം*, ശ്രീരാമകൃഷ്ണാശ്രമം, പുറനാട്ടുകര, 1980 ഭാഗം. 3.

38. *വിചാരധാര*, ജയഭാരത് പബ്ലിക്കേഷൻസ്, കോഴിക്കോട്, 1981, പുറം. 80.

39. *ലോകായതം*, കറന്റ് ബുക്സ്, കോട്ടയം, 1998. പുറം. 41

40. എസ് പി ഗുപ്ത, ബി ബി ലാൽ തുടങ്ങി കടുത്ത ഹിന്ദുത്വവാദികൾ ഇത് അംഗീകരിക്കുന്നില്ല. ലോകത്തിന്റെ ഇതരഭാഗങ്ങളിലേക്ക് ഇന്ത്യയിൽനിന്ന് കുടിയേറ്റം ആരംഭിച്ചു എന്നാണ് അവരുടെ സിദ്ധാന്തം.

41. ആര്യന്മാർ എന്നതുകൊണ്ട് അർത്ഥമാക്കുന്നത് വംശീയതയല്ല, സംസ്കൃതം പൊതുഭാഷയായി സ്വീകരിച്ചിട്ടുള്ള ഒരു സമൂഹം എന്നു മാത്രമെ ഈ പദം അർത്ഥമാക്കുന്നുള്ളു.

42. ലേഖകന്റെ *ഋഗ്വേദത്തിന്റെ ദാർശനിക ഭൂമിക* എന്ന കൃതിനോക്കുക

43. കൃഷ്ണകഥയുടെ വികാസപരിണാമങ്ങളെക്കുറിച്ച് അറിയാൻ ലേഖകന്റെ *ഭാരതീയത-തനിമയും പൊലിമയും*, മൈത്രീ ബുക്സ്, തിരുവനന്തപുരം, 2005 എന്ന കൃതി നോക്കുക

2
ഹിന്ദുത്വശക്തികളും അസ്പൃശ്യതയുടെ പേറ്റന്റും

ആർ എസ് എസ് സ്ഥാപകദിനത്തിൽ അതിന്റെ ആസ്ഥാനമായ നാഗ്പൂരിൽ ഇപ്പോഴത്തെ മേധാവി മോഹൻ ഭാഗവത് നടത്തിയ വിവാദ പരവും പ്രകോപനപരവുമായ പ്രസംഗം തൽസമയം പ്രക്ഷേപണം ചെയ്തുകൊണ്ട് ദൂരദർശൻ പുതിയ കർസേവയ്ക്ക് തുടക്കം കുറിച്ചിരി ക്കുന്നു. രാജ്യത്ത് വർഗ്ഗീയതയും സങ്കുചിതമതവികാരവും വളർത്തുന്ന സംഘപരിവാർ അജണ്ടയുടെ സർക്കാർ ചെലവിലൂടെയുള്ള ഇത്തരം അസംബന്ധപ്രചാരണം ഇനിയും ആവർത്തിച്ചുകൊണ്ടിരിക്കും എന്ന സൂചനയും കിട്ടിക്കഴിഞ്ഞു. സർക്കാർ ചെലവിൽ മുസ്ലീം ഉന്മൂലനത്തിന് നേതൃത്വം നല്കിയവർ ഇന്ത്യയെ ഗുജറാത്താക്കി മാറ്റുവാൻ ഫലപ്ര ദമായ മാർഗ്ഗങ്ങൾ തേടുക സ്വാഭാവികമാണല്ലോ.

മോഹൻ ഭാഗവതിന്റെ പ്രസംഗം രാജ്യത്ത് സംഘപരിവാർ അജണ്ട നടപ്പാക്കുന്നതിന്നാവശ്യമായ പ്രവർത്തനങ്ങൾ വിശദീകരിക്കുന്നതാണ്. സ്വാഭാവികമായും ജനങ്ങളെ ജാതീയമായി ഭിന്നിപ്പിച്ചുനിർത്തുക, മുസ്ലീം ജനവിഭാഗങ്ങളുടെ തലയിൽ പുതിയ ചാർജ് ഷീറ്റുകൾ കെട്ടിവെക്കുക എന്നിങ്ങനെയുള്ള അന്തർദ്ധാരകൾ ആ പ്രസംഗത്തിന്റെ ഭാഗമാകാ തിരിക്കാൻ തരമില്ല. ഇന്ത്യയിൽ ജാതീയമായ ഉച്ചനീചത്വങ്ങൾക്ക് ഉത്തരവാദി മുസ്ലീം ജനവിഭാഗങ്ങളാണെന്നാണ് ഭാഗവത് പുതിയതായി വെളിപ്പെടുത്തിയിരിക്കുന്നത്. അതായത് –തൊട്ടുകൂടാത്തവർ തീണ്ടിക്കൂ ടാത്തവർ ദൃഷ്ടിയിൽ പെട്ടാലും ദോഷമുള്ളോർ– എന്ന അവസ്ഥ ഇന്ത്യയിൽ ഉണ്ടാക്കിയത് മുസ്ലീം ജനവിഭാഗങ്ങളാണെന്ന് നാഗ്പൂർ ഭാഷ്യകാരൻ തന്റെ നീണ്ടനാളത്തെ ഭൂമി തുരന്നുകൊണ്ടുള്ള ഗവേഷണ ത്തിലൂടെ കണ്ടെത്തിയിരിക്കുന്നു എന്നർത്ഥം. സംഘികൾക്ക് ആനന്ദല ബ്ധിക്കിനിയെന്തുവേണ്ടു!!!

പഠിക്കുക, പ്രത്യേകിച്ചും ചരിത്രം പഠിക്കുക എന്നത് ഫാസിസ്റ്റ് ശക്തികളുടെ അജണ്ടയല്ല. തങ്ങൾ എന്താണോ മൊഴിയുന്നത് അതാണ് ചരിത്രമെന്ന് അവർ വിശ്വസിക്കുകയും അത് ജനങ്ങളിൽ അടിച്ചേല്പി ക്കുകയും ചെയ്യുക എന്നതാണ് ഫാസിസ്റ്റ് തന്ത്രം. ഹിറ്റ്ലറും മുസ്സോളി നിയും ചരിത്രത്തിൽ ഇടം നേടിയത് അങ്ങനെയാണ്. മോഹൻ ഭാഗവ തിനെയും അദ്ദേഹത്തിന്റെ അനുയായികളെയും ചരിത്രം പഠിപ്പിക്കുക സാദ്ധ്യമല്ല. പക്ഷേ, അവരുടെ വാഗ്ധോരണികൾ കേട്ട് ചഞ്ചലരായി ത്തീരുന്ന, പ്രത്യേകിച്ചു പുതുതലമുറയിൽപ്പെട്ട ജനവിഭാഗങ്ങളെ ശരിമ ബോദ്ധ്യപ്പെടുത്താനുള്ള ബാദ്ധ്യത ജനാധിപത്യശക്തികൾ ഏറ്റെടുക്കേ ണ്ടതുണ്ട്. അവർക്കുവേണ്ടി ആർഷഭാരത സ്മൃതിഗ്രന്ഥങ്ങളിലേക്ക്, ഇന്ത്യയുടെ ഇന്നലെകളിലേക്ക് നമുക്കൊന്നെത്തിനോക്കാം.

വാമൊഴിയായും വരമൊഴിയായും നമുക്ക് കൈവന്ന സാഹിത്യ സഞ്ചയം ഒരേസ്വരത്തിൽ നമ്മോട് വിളിച്ചുപറയുന്നത് ഇന്ത്യയുടെ ഇന്നലെകൾ ചാതുർവർണ്യാധിഷ്ഠിതമായിരുന്നു എന്നാണ്. സംഘപരി വാരങ്ങൾക്ക് ഏറെ പഥ്യമായ, അവർ ഏത് പുനഃസ്ഥാപിക്കുവാനാണോ എക്കാലവും പാടുപെട്ടുകൊണ്ടിരിക്കുന്നത് ആ സാമൂഹികവ്യവസ്ഥ യാണ് ചാതുർവർണ്യം. ചാതുർവർണ്യാധിഷ്ഠിതമായ സാമൂഹിക വ്യവസ്ഥ ഇന്ത്യയിൽ മാത്രമായി രൂപപ്പെട്ട ഒരു അവസ്ഥാവിശേഷമാണ്. ലോകത്തിന്റെ ഒരു കോണിലും ഇത്തരത്തിലൊരവസ്ഥ രൂപപ്പെട്ടിരു ന്നതായി അറിവില്ല. ഇത് തന്റെ സംഭാവനയാണെന്ന് സാക്ഷാൽ കൃഷ്ണഭഗവാൻ ഭഗവദ്ഗീതയിൽ അടിക്കുറിപ്പില്ലാതെത്തന്നെ അരുളിച്ചെയ്യുകയും ചെയ്തിട്ടുണ്ട്- ചാതുർവർണ്യം മയാ സൃഷ്ടം എന്ന്.

സൃഷ്ടിയുടെ ഈ പുറപ്പാട് ലോകനാഗരികതയുടെ ഏറ്റവും പ്രാചീനമായ കൃതിയെന്ന് വിദിതമായിട്ടുള്ള ഋഗ്വേദത്തിൽ പറയുന്നത് ഇങ്ങനെയാണ്-

ബ്രാഹ്മണോസ്യ മുഖമാസീദ് ബാഹൂ രാജന്യകൃതഃ
ഊരു തദസ്യ യദൈശ്യഃ പദ്ഭ്യാം ശുദ്രോ അജായത.
(ഈ വിരാട്പുരുഷന്റെ മുഖത്തുനിന്നും ബ്രാഹ്മണൻ ഉദ്ഭവിച്ചു. ക്ഷത്രിയൻ ബാഹുക്കളിൽനിന്നും ഉളവായി. ഊരുക്കളിൽനിന്നും വൈശ്യനുണ്ടായി. അവന്റെ പാദങ്ങളിൽനിന്നും ശുദ്രൻ ജനിച്ചു.) വേദങ്ങളെ പിൻപറ്റി ഇന്ത്യൻ ഇതിഹാസപുരാണങ്ങളും മനുസ്മൃതി തുടങ്ങിയ സ്മൃതിഗ്രന്ഥങ്ങളും മനുഷ്യോല്പത്തിയുടെ ഈ പട്ടയ വ്യവസ്ഥ പുനഃപ്രകാശനം ചെയ്തിട്ടുണ്ട്. ഇത്രയും വിശദീകരിച്ചത് ചാതുർവർണ്ണ്യത്തിന്റെ പേറ്റന്റ് അള്ളാവിനോ, മുസ്ലീമിനോ, യഹോവ യ്ക്കോ ക്രിസ്ത്യാനിക്കോ അവകാശപ്പെട്ടതല്ല എന്നുറപ്പിക്കാനാണ്. നൂറ്റാണ്ടുകളായി ഇന്ത്യയിൽ നിലനിന്ന, ഇന്നും പലേടത്തും നിലനില് ക്കുന്ന അയിത്താചരണത്തിന്റെ, തൊട്ടുകൂടായ്മയുടെ, തീണ്ടിക്കുടായ്മ യുടെ ദുരിതപർവ്വം ഇവിടെനിന്നും ആരംഭിക്കുന്നു.

നാം അഭിമാനിക്കുന്നു. സനാതനധർമ്മത്തിന്റെ കളിത്തൊട്ടിലാണ് ഭാരതം. എന്നാൽ അതേ ഭാരതത്തിലാണ് ലോകത്തിന്റെ മറ്റൊരു കോണിലും കാണാതിരുന്ന തൊട്ടുകൂടായ്മയും തീണ്ടിക്കൂടായ്മയും കൊടികുത്തിവാണിരുന്നത്. ഇന്നുപോലും സവർണ്ണനീതിയുടെ കൊലക്കയറിൽ കുരുങ്ങി ആത്മാവു നഷ്ടപ്പെടുന്ന എത്രയോ ദളിത് ഗ്രാമങ്ങൾ! സവർണ്ണനീതിയുടെ 'രാമഹസ്ത'ങ്ങളാൽ ഗളച്ഛേദത്തി നിരയാകുന്ന എത്രയെത്ര ശൂദ്ര താപസന്മാർ! വർണ്ണവെറിയന്മാരുടെ നാടെന്ന് കുപ്രസിദ്ധമായ ദക്ഷിണാഫ്രിക്കപോലും ഇന്ത്യയെ കണ്ട് ലജ്ജിച്ചു തലതാഴ്ത്തുന്നു! കാരണം ഇന്ത്യയിൽ ജനിച്ച് ഇന്ത്യയിൽ വളർന്ന് ഇന്ത്യൻ മണ്ണിൽത്തന്നെ ലയിച്ചുചേരുന്ന ഇന്ത്യൻ രക്തമാണ് ഇവിടെ തൊട്ടുകൂടായ്മയിൽ ജീവിതം അവസാനിപ്പിക്കുന്നത്.

തൊട്ടുകൂടായ്മയും തീണ്ടിക്കൂടായ്മയും ജാത്യാ ശാശ്വതീകരി ക്കപ്പെട്ട ധർമ്മനീതിയായിരുന്നു. അത് ആർഷ-സ്മൃതിസംസ്കാരം പൈതൃകമായി നമുക്കു നല്കിയതാണ്. തലമുറകളായി ഇന്ത്യൻ സമൂഹത്തിൽ അതു നിലനിന്നു. അസ്പൃശ്യനായി പിറന്നവൻ അസ്പൃ ശ്യനായി ജീവിച്ച് അസ്പൃശ്യനായി മരിക്കുന്നു. പ്രകൃതിയിലെ പക്ഷിമൃ ഗാദികളിൽ പോലും, വൃക്ഷലതാദികളിൽ പോലും തത്ത്വമസി ദർശിച്ച സനാതനധർമ്മം സമൂഹത്തിൽ ഒരു വലിയ വിഭാഗം സഹജീവികളെ അസ്പൃശ്യരാക്കുന്നുപോൽ. അപ്രകാരം ഭ്രഷ്ട് കല്പിക്കപ്പെട്ടവർ എങ്ങും ഒറ്റപ്പെട്ട് സാമൂഹ്യ പരിവർത്തനങ്ങളിൽനിന്നും അകറ്റപ്പെട്ട് ജീവിക്കുന്നു. അവർക്ക് വീടില്ല. നല്ല വസ്ത്രങ്ങളോ ആഭരണങ്ങളോ ഇല്ല. നല്ല ഭക്ഷണം പോലുമില്ല. പക്ഷേ, ഒന്നവർക്ക് ജന്മസിദ്ധമായിരുന്നു. സവർണ്ണരുടെ വിടുപണി. ഋഗ്വേദകാലഘട്ടത്തിന്റെ അവസാനരം ഗങ്ങളിൽ ആരംഭിച്ച അവരുടെ ഈ ശോച്യാവസ്ഥ യജുർവേദാദികളെ പിന്നിട്ട് ഇതിഹാസാദികളിലൂടെ കടന്ന് സ്മൃതിഗ്രന്ഥങ്ങളിലെത്തുമ്പോൾ അത്യുന്നതങ്ങളെ പ്രാപിക്കുന്നു. ഇവിടെ ശൂദ്രൻ മനുഷ്യനല്ലാതായി തീരുന്നു.

മുമ്പ് ഉദ്ധരിച്ച ഋഗ്വേദമന്ത്രത്തിൽ ഇന്ത്യയിലെ ജാതി-ഉപജാതികൾ ക്കെല്ലാം അടിസ്ഥാനമായി വർത്തിക്കുന്ന വർണ്ണോല്പത്തിയാണ് വെളി വാക്കപ്പെട്ടിരിക്കുന്നത്.. പദ്ഭ്യാം ശുദ്രോ അജായത-ശൂദ്രന്റെ ജന്മസ്ഥലം പാദങ്ങളായിരുന്നു. വിരാട് പുരുഷന്റെ ഉത്തമാംഗങ്ങളിലെല്ലാം സവർണ്ണർ നേരത്തെത്തന്നെ അവകാശം സ്ഥാപിച്ചുകഴിഞ്ഞിരുന്നു. ശൂദ്രന് പട്ടയം ലഭിച്ചത് വിരാട് പുരുഷന്റെ കാലടികളിലും.

പുരുഷശരീരത്തിൽ എല്ലാ അവയവങ്ങളും പ്രധാനമാണെന്നും മുഖത്തുനിന്നും ഉത്ഭവിച്ച ബ്രാഹ്മണനും പാദത്തിൽനിന്നും ഉത്ഭവിച്ച ശൂദ്രനും തുല്യരാണെന്നും വാദിക്കുന്ന 'ഭാഗവതന്മാർ' ഇന്നുമുണ്ട്. മാത്രമല്ല, ബ്രഹ്മാവിന്റെ പാദത്തേക്കാൾ പൂജ്യമായ മറ്റേതവയവമാണു ള്ളതെന്ന ഒരു മറുചോദ്യവും ഇക്കൂട്ടർ ഉന്നയിക്കുന്നുണ്ട്. സ്മൃതിഗ്ര

ന്ഥങ്ങൾതന്നെ അർത്ഥശങ്കയ്ക്കിടനല്കാത്ത രീതിയിൽ ഇക്കാര്യം നിഷേധിച്ചിട്ടുണ്ട്.

'പുരുഷശരീരം പരിശുദ്ധമാണ്. അതിൽ നാഭിക്കു മുകൾഭാഗം അധികം പരിശുദ്ധമാണ്. ആകയാൽ ബ്രഹ്മാവിന്റെ മുഖം അത്യധികം പരിശുദ്ധമത്രെ. ആ ബ്രഹ്മാവിന്റെ മുഖത്തുനിന്നും ജനിച്ചതിനാലും വേദത്തെ ധരിക്കുന്നതിനാലും ക്ഷത്രിയാദി വർണ്ണങ്ങൾക്കു ധർമ്മത്തെ ഉപദേശിക്കുന്നതിനാലും ഈ ലോകത്തിൻ ബ്രാഹ്മണൻ ധർമ്മപരമായി ഉൽകൃഷ്ടത പ്രാപിക്കുന്നു. ദേവന്മാർക്കും പിതൃക്കൾക്കും യജ്ഞം, ശ്രാദ്ധം മുതലായ കർമ്മങ്ങൾകൊണ്ട് തൃപ്തി വരുത്തുന്നതിനും മറ്റു വർണ്ണങ്ങളെ ധർമ്മോപദേശം ചെയ്തു രക്ഷിക്കുന്നതിനും വേണ്ടി സ്വയംഭൂവായ ബ്രഹ്മാവ് ബ്രാഹ്മണനെ തന്റെ മുഖത്തിൽനിന്ന് ആദ്യമായി ജനിപ്പിച്ചതല്ലയോ? ഏതു ബ്രാഹ്മണൻ ഓതിയ മന്ത്രത്തിന്റെ ബലംകൊണ്ട് ദേവന്മാരും പിതൃക്കളും തങ്ങളുടെ ഹവിർഭാഗങ്ങളെ സ്വീകരിക്കുന്നുവോ, ആ ബ്രാഹ്മണനല്ലാതെ മറ്റേതു ജീവിയാണ് ശ്രേഷ്ഠനായിരിക്കുന്നത്? ചരാചരങ്ങളിൽവെച്ച് പ്രാണനുള്ള ചരങ്ങൾ ഉൽകൃഷ്ടങ്ങളാകുന്നു. അവയിൽവെച്ച് അറിവോടുകൂടി ജീവിക്കുന്ന പശു മുതലായവ ശ്രേഷ്ഠങ്ങളാകുന്നു. അവയിൽവെച്ച് മനുഷ്യർ ശ്രേഷ്ഠരാകുന്നു. മനുഷ്യരിൽവെച്ച് ബ്രാഹ്മണർ ശ്രേഷ്ഠരാകുന്നു.' മനു മറ്റൊരിടത്ത് തുടരുന്നു– 'ഉയർന്ന ജാതിയാകയാലും സ്വഭാവേന ഉയർന്ന സ്ഥാനത്തിൽനിന്ന് ജനിച്ചതിനാലും അനുഷ്ഠാനത്തെ മുഖ്യമായി ചെയ്യുന്നതുകൊണ്ടും അധികം സംസ്കാരങ്ങളെ ധരിക്കുന്നതുകൊണ്ടും ബ്രാഹ്മണൻ വർണ്ണങ്ങൾക്കെല്ലാം പ്രഭുവായി ഭവിക്കുന്നു..... വൈദിക മായാലും ലൗകികമായാലും അഗ്നി എങ്ങനെ ഉൽകൃഷ്ടദൈവത മായിരിക്കുന്നുവോ, അതുപോലെ ജ്ഞാനിയായാലും മൂഢനായാലും ബ്രാഹ്മണൻ തന്നെയാകുന്നു മഹാദൈവതം. പ്രകാശമുള്ള അഗ്നി ശ്മശാനത്തിൽ പ്രേതത്തെ ദഹിപ്പിച്ചാലും നിന്ദ്യനായി ഭവിക്കാതെ യാഗത്തിൽ എങ്ങനെ ഹോമത്താൽ വൃദ്ധിതേടുന്നുവോ അപ്രകാരം ബ്രാഹ്മണർ നീചമായ കാര്യം ചെയ്താലും സകല ശുഭാശുഭകർമ്മങ്ങ ളിലും അവർ പൂജ്യരായി ഭവിക്കുന്നു.' മാത്രമല്ല, ഭജഘന്യപ്രഭവനായതു കൊണ്ട് ശുദ്രൻ അത്യധികം നീചത്വത്തെ പ്രാപിക്കുന്നു' എന്ന് എടുത്തു പറയാനും ആർഷ-സ്മൃതിഗ്രന്ഥങ്ങൾ മടിച്ചിട്ടില്ല. അതുകൊണ്ടുതന്നെ സാമൂഹ്യജീവിതത്തിന്റെ ഒരു തലത്തിലും ആർഷ-സ്മൃതി ഭാരതത്തിൽ മനുഷ്യർ തുല്യരായിരുന്നിട്ടില്ല.

സാമൂഹ്യപുരോഗതി ശുദ്രന്റെ നില കൂടുതൽ കൂടുതൽ വഷളാക്കി. അവർ പാപത്തിന്റെയും ഇരുട്ടിന്റെയും പ്രതിരൂപങ്ങളായി, സമൂഹ ത്തിലെ അധമവികാരമായി. *ഭഗവദ്ഗീത*യിലെ വാക്ക് കടമെടുക്കുക യാണെങ്കിൽ 'പാപയോനികൾ'. ശുദ്രന് പഠിക്കാൻ അവസരം നിഷേധി

ക്കപ്പെട്ടു. വേദം കേൾക്കുന്നതും ഉച്ചരിക്കുന്നതും മനസ്സിലാക്കുന്നതും നിരോധിക്കപ്പെട്ടു. വേദം കേൾക്കുന്ന ശൂദ്രന്റെ ചെവിയിൽ ഈയം ഉരുക്കിയൊഴിക്കണമെന്നും ഉച്ചരിക്കുന്ന ശൂദ്രന്റെ നാക്ക് പിഴുതെറിയണ മെന്നും മനസ്സിലാക്കുന്ന ശൂദ്രന്റെ ശരീരം വെട്ടിപ്പിളർക്കണമെന്നും വിധിയുണ്ടായി.

'അഥ ഹാസ്യ വേദമുപശൃണ്വതഃ ത്രപുജതുഭ്യാം
ശ്രോത്രപ്രതിപൂരണം
ഉദാഹരണേ ജിഹ്വാച്ഛേദോ ധാരണേ ശരീരഭേദം'. (ഗൗതമൻ.2.3.4)

മതപരമായ ചടങ്ങുകളിൽനിന്നും അവൻ പുറത്താക്കപ്പെട്ടു. ഇഹ ലോകത്ത് ഉപയോഗമുള്ള ഒരു ശാസ്ത്രവും ശൂദ്രന് ഉപദേശിച്ചുകൊ ടുക്കരുതെന്ന് വിളംബരമുണ്ടായി. അതിനു വിപരീതമായി പ്രവർത്തി ക്കുന്നവർക്ക് 'അസ്ഥംവ്രതം' എന്ന അന്ധകാരവാസം വിധിക്കപ്പെട്ടു.

മനു പ്രഖ്യാപിച്ചു- ശൂദ്രൻ മറ്റുള്ളവന്റെ എച്ചിലേ ഭക്ഷിക്കാവൂ. പഴകിക്കീറിയ വസ്ത്രങ്ങളേ ധരിക്കാവൂ. നിലത്തേ കിടക്കാവൂ. പതിരും പഴയ ഓട്ടപ്പാത്രങ്ങളുമേ സ്വന്തമാക്കാവൂ.

ഉച്ഛിഷ്ടമന്നം ദാതവ്യം ജീർണ്ണാനി വസനാനി ച
പുലാകാശ്ചൈവ ധാന്യാനാം ജീർണ്ണാശ്ചൈവനപരിച്ഛദാഃ.

ചാതുർവർണ്യവ്യവസ്ഥിതിയിൽ സാമ്പത്തിക ഉച്ചനീചത്വവും അതിന്റെ പരകാഷ്ഠയിലായിരുന്നു. ബ്രാഹ്മണൻ എല്ലാത്തിന്റെയും ഉടമയായി പ്രകീർത്തിക്കപ്പെടുന്നു. അവരാണ് ഭൂസുരർ. ശൂദ്രരാകട്ടെ നിസ്വരും. സ്വകാര്യസ്വത്ത് സ്വപ്നത്തിൽപോലും സ്വന്തമാക്കാനുള്ള അവകാശം ശൂദ്രന് നിഷിദ്ധമായിരുന്നു. എവിടെയെങ്കിലും ശൂദ്രൻ നിയമവിരുദ്ധമായി സ്വത്ത് സമ്പാദിച്ചിട്ടുണ്ടെങ്കിൽ അത് ബ്രാഹ്മണർക്ക് കവർന്നെടുക്കാമെന്നാണ് ആർഷ-സ്മൃതിസംസ്കാരം ഉദ്ഘോഷിക്കു ന്നത്. അല്ലെങ്കിൽ രാജാവ് അവ കണ്ടുകെട്ടി ആ ശൂദ്രനെ നാടുകടത്ത ണമെന്നും മനു തീർപ്പാക്കുന്നു. പക്ഷിമൃഗാദികളെപോലും ഗൗനിക്കാൻ ചാതുർവർണ്യം തയ്യാറായി. എന്നാൽ ശൂദ്രനെ അത്രപോലും അത് ഗൗനിച്ചില്ല. അതുകൊണ്ടുതന്നെ പശുവിനെ കൊല്ലുന്നവന് ഏറെ ദുഷ്ക രമായ പ്രായശ്ചിത്തം വിധിച്ച മനു ശൂദ്രനെ കൊല്ലുന്നത് പൂച്ചയേയും പട്ടിയേയും തവളയേയും കൊല്ലുന്നതിന് സമമാക്കി.

നീതിന്യായരംഗത്തും ആർഷ-സ്മൃതിസംസ്കാരം മനുഷ്യരെ തുല്യനിലയിൽ പരിഗണിച്ചിട്ടില്ല. അവിടെയും കടുത്ത ഉച്ചനീചത്വമാണ് നമുക്കു ദർശിക്കാൻ കഴിയുന്നത്. എത്ര കഠിനമായ കുറ്റം ചെയ്താലും സവർണ്ണർ ശിക്ഷിക്കപ്പെടാതെയും അപൂർമായി ലഘു ശിക്ഷയോടെയും രക്ഷപ്പെടുന്നു. എത്ര കഠിനമായ കുറ്റം ചെയ്താലും ബ്രാഹ്മണൻ വധ ത്തെ അർഹിക്കുന്നില്ലെന്നും ബ്രാഹ്മണവധം പഞ്ചമഹാപാതകങ്ങളിൽ ഒന്നാണെന്നും ആർഷ-സ്മൃതിസംസ്കാരം വിളിച്ചു പറയുന്നു. എന്നാൽ ശൂദ്രൻ ചെയ്യുന്ന ഏറ്റവും നിസ്സാരമായ കുറ്റങ്ങൾക്കുപോലും കടുത്ത

ശിക്ഷ നല്കാൻ ആർഷ-സ്മൃതിസംസ്കാരം ശ്രദ്ധിക്കുന്നു എന്നതും എടുത്തു പറയേണ്ടതത്രെ.

ശൂദ്രൻ സവർണ്ണരെ ശകാരിച്ചാൽ അവന്റെ നാക്ക് അറുത്തു കളയണം. സവർണ്ണരെ ജാതി, പേര് ഇവയെ പറഞ്ഞ് അധിക്ഷേപിക്കുന്ന ശൂദ്രന്റെ വായിൽ പത്ത് അംഗുലം നീളമുള്ള ഇരുമ്പുകമ്പി പഴുപ്പിച്ചുവെക്കണം. ബ്രാഹ്മണനോട് 'നീ ഇതു ചെയ്യണം' എന്നു പറയുന്ന ശൂദ്രന്റെ വായിലും ചെവിയിലും എണ്ണ കാച്ചി തിളപ്പിച്ചൊഴിക്കണം. ശൂദ്രൻ സവർണ്ണരുടെ ഏതേതവയവങ്ങളെ കൈകൊണ്ടോ ആയുധം കൊണ്ടോ അടിക്കുന്നുവെങ്കിൽ അവന്റെ അതതവയവങ്ങളെ ഛേദിച്ചുക ളയണം. ബ്രാഹ്മണന്റെ ഇരിപ്പിടത്തിൽ ഇരുന്ന ശൂദ്രനെ പ്രാണഹാനി ഭവിക്കാത്തവണ്ണം ഇടുപ്പിൽ ചുടിട്ടോ, പൃഷ്ഠഭാഗം അറുത്തുകളഞ്ഞോ നഗരം വിട്ട് ഓടിക്കണം. ശൂദ്രൻ ബ്രാഹ്മണന്റെ മുമ്പിൽ തുപ്പിയാൽ രണ്ടു ചുണ്ടുകളും, മൂത്രമൊഴിച്ചാൽ ജനനേന്ദ്രിയവും, മലവിസർജനം ചെയ്താൽ ഗുദവും ഛേദിക്കണം. സവർണ്ണരുടെ തലമുടി, കാൽ, താടി, മീശ, കഴുത്ത്... ഇവയെ സ്പർശിക്കുന്ന ശൂദ്രന്റെ കൈകളെ ഒരു ദാക്ഷിണ്യവും കൂടാതെ വെട്ടിക്കളയണം. ഇപ്പറഞ്ഞതെല്ലാം ചെയ്തത് സവർണ്ണരാണെങ്കിൽ നിസ്സാര പ്രായശ്ചിത്തങ്ങളാൽ കുറ്റവിമുക്തരായി തീരുന്നുവെന്നതും ആർഷ-സ്മൃതിസംസ്കാരം മനുഷ്യരെ തുല്യതയിൽ കണ്ടിരുന്നില്ലെന്നതിനുള്ള സാക്ഷിപത്രമത്രെ.

മനുഷ്യർ സാമൂഹ്യമായും സാംസ്കാരികമായും സാമ്പത്തികമായും തുല്യരല്ലെന്ന് മാനവരാശിയെ പഠിപ്പിച്ചത് ഇന്ത്യൻ ചാതുർവർണ്യ വ്യവസ്ഥിതിയാണ്. സംഘപരിവാരും സംഘവും കൊട്ടിഘോഷിക്കുന്ന 'ഗ്രേറ്റ് ഇന്ത്യൻ' സിദ്ധാന്തപ്രകാരം മനുഷ്യൻ ഇന്ത്യയിൽനിന്നും ലോകത്തിന്റെ നാനാഭാഗങ്ങളിലേക്ക് പ്രവഹിച്ചതാണെന്നു ധരിക്കുക യാണെങ്കിൽ ഒരു അപ്പീലിനുപോലും പഴുതില്ലതന്നെ.

മനുഷ്യർ തമ്മിൽ തുല്യത മാത്രമല്ല ആർഷ-സ്മൃതിസംസ്കാരം നിഷേധിച്ചത്. നരൻ നരന് അശുദ്ധവസ്തുവാണെന്ന ഭീകരവാദം ലോകനാഗരികതയ്ക്കു മുമ്പിൽ ആദ്യമായി അവതരിപ്പിച്ചതും അവരെ പഠിപ്പിച്ചതും നമ്മുടെ സ്മൃതിഗ്രന്ഥങ്ങളാണ്. മുമ്പു സൂചിപ്പിച്ചതു പോലെ, തൊട്ടുകൂടായ്മയും തീണ്ടിക്കൂടായ്മയും ഇവിടെ ജാത്യാ ശാശ്വതീകരിക്കരിക്കപ്പട്ട ധർമ്മനീതിയായിരുന്നു. ജാതിയാകട്ടെ ജന്മസിദ്ധവും. അതുകൊണ്ടാണ് മനുഷ്യരുടെ മംഗളകരമായ ഒരു ചടങ്ങിലും ശൂദ്രരെ പങ്കടുപ്പിച്ചുകൂട എന്ന് ആർഷ-സ്മൃതിസംസ്കാരം പ്രഖ്യാപിച്ചത്. യാഗകർമ്മങ്ങൾക്കിടയിൽ ശൂദ്രസാന്നിദ്ധ്യം ഏറ്റവും വർജ്ജ്യമാണ്. കാരണം അവന്റെ സാന്നിദ്ധ്യം സകലതിനെയും അശുദ്ധമാക്കുന്നു പോലും! ബ്രാഹ്മണൻ ഭക്ഷണം കഴിക്കുന്നത് ശൂദ്രൻ കണ്ടാൽ മതി, അശുദ്ധമാകുമെന്നാണ് മനു കുറിച്ചുവെച്ചിരിക്കുന്നത്.

'ചണ്ഡാളൻ, പന്നി, കോഴി, നായ, തീണ്ടാരിയായ സ്ത്രീ, നപുംസകം ഇവർ ബ്രാഹ്മണർ ഭുജിക്കുമ്പോൾ കാണരുതാത്തതാകുന്നു. അഗ്നിഹോത്രം മുതലായ ഹോമം, പശു സ്വർണ്ണം മുതലായ ദാനം, ബ്രാഹ്മണപൂജ, ദശപൗർണ്ണമാസം മുതലായ ദൈവകാര്യം, ശ്രാദ്ധം ഇവയെ മേൽപറഞ്ഞ ചണ്ഡാളർ മുതലായവർ നോക്കിയാൽ ഫലമില്ലാത്തവയായി ഭവിക്കുന്നു. പന്നി ഘ്രാണിക്കുന്നതുകൊണ്ടും, കോഴി ചിറകടിയാലുള്ള കാറ്റുകൊണ്ടും, പട്ടി നോക്കുന്നതുകൊണ്ടും, ശൂദ്രൻ തൊടുന്നതുകൊണ്ടും പദാർത്ഥങ്ങൾ അശുദ്ധമാകുന്നു. നൊണ്ടി, ഒറ്റക്കണ്ണൻ, ശൂദ്രൻ, നാലോ ആറോ വിരലുള്ളവൻ ഇവരെ ശ്രാദ്ധദിന ത്തിൽ ഗൃഹത്തിൽനിന്ന് പുറത്താക്കേണ്ടതാണ്'.'

ഇനി ഏതെങ്കിലും ഒരുവൻ തന്റെ ഭൂതദയകൊണ്ട് ശ്രാദ്ധാദികൾ ക്കുശേഷം അവശിഷ്ടമായിവരുന്ന ഭക്ഷണം ശൂദ്രാദികൾക്കു കൊടുത്തു എന്നിരിക്കട്ടെ, അതിന്റെ ഫലം കഠോരമായിരിക്കുമെന്നാണ് മനുവിന്റെ പ്രഖ്യാപനം. 'യാതൊരുത്തൻ ശ്രാദ്ധംചെയ്തു ശേഷിച്ച അന്നം മുതലാ യവ ശൂദ്രനു കൊടുക്കുന്നുവോ ആ മൂഢൻ 'കാലസൂത്ര'മെന്ന നരക ത്തിൽ തലകീഴായി പതിക്കുന്നു. മാത്രമല്ല, അന്നേദിവസം ശ്രാദ്ധത്തിൽ പങ്കെടുത്ത ഏതെങ്കിലും ഒരു ബ്രാഹ്മണൻ ഒരു ശൂദ്രസ്ത്രീയെ പ്രാപിച്ചു എന്നിരിക്കട്ടെ, കഠിനമായ പാപപാശത്താൽ അവന്റെ പിതൃക്കൾ കറങ്ങിപ്പോകും എന്നാണ് മനു ഭീഷണിപ്പെടുത്തിയിരിക്കുന്നത്. 'ശ്രാദ്ധദി നത്തിൽ ഭുജിച്ച ബ്രാഹ്മണൻ അന്നേദിവസം ശൂദ്രസ്ത്രീയെ പ്രാപിക്കു ന്നതായാൽ ആ മാസം മുഴുവനും അവളുടെ മലത്തിൽ അവന്റെ പിതൃക്കൾ കിടക്കേണ്ടിവരുന്നു.' ചന്ദ്രായണവ്രതാദി കാലങ്ങളിൽ അതിലേർപ്പെട്ടിരിക്കുന്നവർ വ്രതസമാപ്തിയോളം സ്ത്രീ, ശൂദ്രൻ, പതിതൻ എന്നിവരോട് ഒരിക്കലും മിണ്ടരുതെന്നും ത്രിസന്ധ്യകളിൽ ശൂദ്രസഹവാസം വെടിയണമെന്നുംകൂടി മനു അഭിപ്രായപ്പെട്ടിരിക്കുന്നു.

ചാതുർവർണ്യവ്യവസ്ഥിതിയിൽ ദർശനംകൊണ്ടും സ്പർശനം കൊണ്ടും അശുദ്ധിവരുത്താൻ കഴിയുന്ന ഒരു പ്രത്യേകതരം ജീവികളാ യിരുന്നു ശൂദ്രർ. അതുകൊണ്ടുതന്നെ, ശൂദ്രൻ തൊട്ടതെല്ലാം ഇട്ടെറി ഞ്ഞുപോകുവാൻ ഇന്ത്യൻ സ്മൃതി കർത്താക്കൾ ആഹ്വാനം ചെയ്യുന്നു. ശൂദ്രൻ കാണുകയോ സ്പർശിക്കുകയോ ചെയ്യണമെന്നില്ല, ശൂദ്രൻ വിളമ്പിവെച്ച അന്നംപോലും വർജ്ജ്യമെന്നാണ് മനു പ്രഖ്യാപിച്ചത്. കാരണം, ആ അന്നം ഭുജിച്ചാൽ ബ്രഹ്മതേജസ്സ് നശിച്ചുപോകുമത്രെ. ആ പാപസ്പർശത്തിൽനിന്നും വിടുതൽ ലഭിക്കണമെങ്കിൽ ഏഴു ദിവസം ഒരിക്കലെന്നരീതിയിൽ ഗോതമ്പുകഞ്ഞി കുടിച്ചു കഴിയണം. അതു പോലെത്തന്നെ, ശൂദ്രൻ കുടിച്ചു ശേഷിച്ച വെള്ളം കുടിച്ചാലും പ്രായ ശ്ചിത്തമനുഷ്ഠിച്ചേ മതിയാകൂ –മൂന്നുദിവസം ദർഭയിട്ടു തിളപ്പിച്ച വെള്ളം കുടിക്കുക! എന്തിനേറെ, ശവശരീരംപോലും ശൂദ്രസ്പർശംകൊണ്ട്

അശുദ്ധമാകുമെന്നാണ് മനുവിന്റെ തീരുമാനം. അതുകൊണ്ട്, മൃതശരീരം പോലും ശൂദ്രരെക്കൊണ്ട് എടുപ്പിക്കരുത്. കാരണം, അത് പരേതന്റെ ആത്മാവിന് പുണ്യലോകത്തേക്കു പ്രവേശിക്കാനുള്ള സാദ്ധ്യതയെ തടസ്സപ്പെടുത്തുമത്രെ!

ഇപ്രകാരമുള്ള ഇന്ത്യൻ പാരമ്പര്യത്തിലെ കെട്ടകാഴ്ചകളെ താലോലിക്കുകയയും ആ ചാതുർവർണ്യവ്യവസ്ഥ പുനഃസ്ഥാപിക്കു ന്നതിന് പരിശ്രമിക്കുകയും ചെയ്യുന്ന മനുഷ്യവിരുദ്ധശക്തികളാണ് സാധാരണക്കാരും ദളിതരടക്കമുള്ള ഹിന്ദുമതവിശ്വാസികളെ തെറ്റിദ്ധരി പ്പിച്ചുകൊണ്ട്, അവരുടെ മതവിശ്വാസത്തെ ചൂഷണം ചെയ്തുകൊണ്ട് അധികാരമുറപ്പിക്കാൻ ഗീബൽസിയൻ തന്ത്രങ്ങൾക്ക് കോപ്പുകൂട്ടുന്നത്. തങ്ങൾ പറയുന്നതാണ് ശരി എന്നു വരുത്തിത്തീർക്കാൻ ഇവർ ഏതറ്റംവരെയും സഞ്ചരിക്കും. ഇവരെക്കുറിച്ചാണ് സ്വാമി വിവേകാനന്ദൻ ഇപ്രകാരം കുറിച്ചത്: 'തങ്ങൾ വിശ്വസിക്കുംപോലെ മറ്റു ജനങ്ങളെ ക്കൊണ്ട് വിശ്വസിപ്പിക്കാൻ ചിലർ വാളെടുക്കുകപോലും ചെയ്യും. ഇത് ക്രൂരത നിമിത്തമല്ല. മതഭ്രാന്തെന്ന ഒരുതരം മസ്തിഷ്ക വ്യാധി നിമിത്ത മാണ്. ....മതഭ്രാന്തെന്ന ഈ രോഗം എല്ലാരോഗത്തിലുംവെച്ച് ആപൽക്ക രമാണ്. അത് മനുഷ്യപ്രകൃതിയിലുള്ള ദൗഷ്ട്യത്തെയാകെ കുത്തിയി ളക്കും. കോപത്തെ തട്ടിയുണർത്തും. സിരാബന്ധത്തിന് മുറുക്കം കൂട്ടും. മനുഷ്യരെ വ്യാഗ്രതുല്യരാക്കും.' വർത്തമാനകാല ഇന്ത്യൻ സാഹചര്യ ത്തിലും ലോകസാഹചര്യത്തിലും മതമൗലികതാവാദികളായ മനുഷ്യവിരുദ്ധശക്തികൾ ചെയ്തുകൊണ്ടിരിക്കുന്നത് ഇതാണ്.

3

മഹാഭാരതത്തിലെ സാമൂഹ്യദർശനം

ഇന്ത്യൻ ജനതയുടെ വികാരവിചാരങ്ങളിൽ മാത്രമല്ല, ജീവിത ചര്യകളിലും അനിതരസാധാരണമായ സ്വാധീനം നൂറ്റാണ്ടുകളിലൂടെ ഇന്നും നിലനിർത്തുന്ന അനുപമമായ സാഹിത്യകൃതികളാണ് *രാമായണവും മഹാഭാരതവും*. ഇന്ത്യയുടെ ഇതിഹാസകാവ്യങ്ങളെന്ന് പ്രകീർത്തിതമായ ഇവയ്ക്ക് തുല്യമായി ചൂണ്ടിക്കാണിക്കുവാൻ ലോകനാഗരികതയുടെ ചരിത്രത്തിൽത്തന്നെ മറ്റൊന്നില്ല. അത്രയും അനന്വയമാണ് അവയുടെ സ്വാധീനത്തിന്റെ വ്യാപ്തിയും അനുസ്യൂ തിയും. കെട്ടുറപ്പുള്ള ഒരു കാവ്യത്തിന്റെ കെട്ടും മട്ടുമാണ് രാമായ ണത്തിനെങ്കിൽ നിരവധി കാവ്യങ്ങളുടെ സങ്കലനമാണ് മഹാഭാരത മെന്നുപറയാം.

"യദിഹാസ്തി തദന്യത്ര യന്നേഹാസ്തി ന തത് കചിത്," ഇതിലുള്ളത് മറ്റുപലതിലും കണ്ടേക്കാം. ഇതിലില്ലാത്തത് മറ്റൊരിടത്തും കാണുകയില്ല; "മഹത്വാദ് ഭാരവത്വാദ് ച മഹാഭാരതമുച്യതേ," മഹത്വം കൊണ്ടും ഗൗരവംകൊണ്ടും ഇതിനെ മഹാഭാരതമെന്നുപറയുന്നു– എന്നിങ്ങനെ മഹാഭാരതത്തിന്റെ മഹത്വം വളരെ മുമ്പുതന്നെ പ്രകീർ ത്തിക്കപ്പെട്ടിരിക്കുന്നു. ധർമ്മശാസ്ത്രം, നീതിശാസ്ത്രം, മനഃശാസ്ത്രം, വേദാന്തം, ദാമ്പത്യശാസ്ത്രം, രാജ്യഭരണതന്ത്രം എന്നുവേണ്ട മനുഷ്യ ജീവിതത്തോട് ബന്ധപ്പെട്ട ഏതാണ്ടെല്ലാ വിഷയങ്ങളും മഹാഭാര തത്തിൽ സ്ഥാനം പിടിച്ചിട്ടുണ്ട്. 'അടുക്കളക്കാര്യം മുതൽ അടർക്കള ക്കാര്യംവരെ പരാമൃഷ്ടമായ വിജ്ഞാനകോശം' എന്ന വടക്കുംകൂർ രാജരാജവർമ്മയുടെ വിശേഷണം മഹാഭാരതത്തിന്റെ അന്തഃസത്തയെ തൊട്ടുകാണിക്കുന്നു.

മഹാഭാരതത്തിന്റെ കർതൃത്വം കൃഷ്ണദൈപായനൻ എന്ന വ്യാസനിൽ നിക്ഷിപ്തമായിരിക്കുന്നു. കൃഷ്ണദൈപായനൻ മത്സ്യകന്യകയിൽ പരാശരനു പിറന്ന പുത്രനാണ്. പതിനെട്ടു പർവ്വ ങ്ങളും ആയിരത്തി ഇരുനൂറു ഉപപർവ്വങ്ങളും (അദ്ധ്യായങ്ങൾ) ഉൾക്കൊള്ളുന്ന മഹാഭാരതത്തിൽ ഒരുലക്ഷത്തി ഇരുപത്തി നാലായിര ത്തോളം ശ്ലോകങ്ങൾ അടങ്ങിയിരിക്കുന്നു. ജ്യേഷ്ഠാനുജപുത്രന്മാരായ കൗരവരും പാണ്ഡവരും തമ്മിലുണ്ടായ കുടുംബവഴക്ക് അവസാനി ക്കുന്നത് മഹായുദ്ധത്തിലും സർവ്വനാശത്തിലുമാണ്. സ്വത്തിനും അധികാരത്തിനും വേണ്ടി കലഹിച്ച് ഭൂമിയിൽനിന്നും കുടിയിറക്കപ്പെട്ടവർ സ്വന്തം ഭൂമി വീണ്ടെടുത്തതിന്റെ കഥയായും മഹാഭാരതത്തെ കണക്കാ ക്കാം. അപമാനിതയായ സ്ത്രീത്വത്തിന്റെ അടങ്ങാത്ത പ്രതികാരാഗ്നി യിൽ വെന്തുചാമ്പലായ അധികാര പ്രമത്തതയുടെ ദുരന്തചിത്രമാണ് മഹാഭാരതം അനാവരണം ചെയ്യുന്നതെന്നും പറയാം. യുദ്ധം ഒന്നിനും പരിഹാരമല്ല, അത് ദുരന്തങ്ങൾ മാത്രമത്രെ സമ്മാനിക്കുന്നത് എന്ന ചിന്തയോടൊപ്പം വിഷാദമയമായ ജീവിതം ജീവിച്ചുതീർക്കുവാനുള്ള ബാദ്ധ്യതയും ഈ കൃതി വിളംബരപ്പെടുത്തുന്നു. വിധിവിഹിതം ആർക്കും ലംഘിക്കുവാനാവില്ലെന്ന ദർശനത്തിന്റെ വിവിധതലങ്ങൾ ചെറുതും വലുതുമായ ആയിരത്തിലധികം ഉപാഖ്യാനങ്ങളിലൂടെയും സ്വഭാവസവിശേഷതകളിൽ വ്യത്യസ്തരായ രണ്ടായിരത്തോളം കഥാപാത്രങ്ങളിലൂടെയും അരക്കിട്ടുറപ്പിക്കുന്ന ഈ ഭാരത ഇതിഹാസ കാവ്യം എല്ലാതരം മനുഷ്യരുടെയും നാനാവിധമായ പരിതോവ സ്ഥകളെയും സ്ഥൂലവും സൂക്ഷ്മവുമായ പ്രതിബിംബങ്ങളിലൂടെ വരച്ചുകാണിക്കുന്നു. മറ്റൊരുതരത്തിൽപറഞ്ഞാൽ, വായനക്കാരന്റെ അഭിരുചികളെ സമർപ്പണം ചെയ്യുന്ന, അവന്റെ മാനസികാവസ്ഥയ്ക്ക് അനുസൃണമായി വായിച്ചെടുക്കാൻ കഴിയുന്ന വിഭവങ്ങളെല്ലാം ഒരു പോലെ സന്നിവേശിപ്പിക്കപ്പെട്ട കൃതിയാണ് മഹാഭാരതം എന്നുപറയാം.

വ്യാസനിൽ അർപ്പിതമാണെങ്കിലും ഈ കൃതിയുടെ ഇന്നു ലഭ്യമായ പാഠം മുഴുവൻ ഒരു വ്യക്തിയാൽ വിരചിതമാണെന്ന് ഗവേഷകരാരും കരുതുന്നില്ല, അന്ധമായ ഭക്തിയും ആരാധനയും മൂത്ത് ചിത്തഭ്രമം പിടിപെട്ടവരൊഴികെ. നിരന്തരമായ ഗവേഷണപഠനങ്ങളുടെ വെളിച്ച ത്തിലും മഹാഭാരതത്തിൽതന്നെ ലഭ്യമായ തെളിവുകളുടെ പശ്ചാത്തല ത്തിലും മൂന്നുഘട്ടങ്ങൾ ഇതിന്റെ വികാസഗതിയിൽ നമുക്ക് ദർശിക്കാ നാകുമെന്ന് തിട്ടപ്പെടുത്തിയിരിക്കുന്നു. ആദ്യഘട്ടം 'ജയം' എന്നപേരിലും രണ്ടാംഘട്ടം 'ഭാരതം' എന്ന പേരിലും മൂന്നാംഘട്ടം അസംഖ്യം ആഖ്യാന ഉപാഖ്യാനങ്ങളോടുകൂടിയ 'മഹാഭാരതം' എന്നപേരിലും ഈ കൃതി അറിയപ്പെട്ടു. പ്രൊഫ. വി എസ് സൂക്തങ്കർ അദ്ധ്യക്ഷനായി രൂപവൽ ക്കരിച്ച പണ്ഡിതഗവേഷണപ്രതിഭകൾ ഉൾക്കൊള്ളുന്ന വിദഗ്ധ സമിതി

മഹാഭാരതത്തിൽ കാലാകാലങ്ങളിൽ വന്ന കൂട്ടിച്ചേർക്കലുകളെ കണ്ടെ ത്തി വേർതിരിച്ച് അതിന്റെ ശുദ്ധപാഠം തയ്യാറാക്കുകയും പ്രസിദ്ധീകരിക്കു കയും ചെയ്തിട്ടുള്ളത് ഇവിടെ ഓർക്കാവുന്നതാണ്. ഭാരതീയ സാംസ്കാരിക പൈതൃകത്തോടും ആസ്തികവാദപാരമ്പര്യത്തോടും തികഞ്ഞ ആദരവും മഹാമനസ്കതയും ധാരാളമുള്ള പ്രൊഫ. സൂക്ത ങ്കർ പാശ്ചാത്യരുടെ ആശയങ്ങളെ ഏറ്റുപിടിക്കുന്ന വ്യക്തിയാണെന്ന് നാളിതുവരെ ആരും അഭിപ്രായപ്പെട്ടിട്ടില്ലെന്നതും ഇവിടെ രേഖപ്പെ ടുത്തട്ടെ.

മഹാഭാരതം നമ്മുടെ ഇതിഹാസകാവ്യമാണ്. 'ഇതി ഇഹ ആസ= ഇപ്രകാരം ഇവിടെ ഉണ്ടായിരുന്നു' എന്നതാണ് 'ഇതിഹാസ' പദത്തിന്റെ ഒരു അർത്ഥം. 'ഇതിഹ' എന്നുവെച്ചാൽ തലമുറതലമുറകളായി വായ്മൊഴിയായി പകർന്നുവന്ന ഐതിഹ്യം എന്നും അർത്ഥം പറയാം. അപ്പോൾ 'ഇതിഹ ആസ്തേ അസ്മിൻ ഇതി ഇതിഹാസഃ= ഇതിൽ പാരമ്പര്യോപദേശമുണ്ട്' എന്ന് ശബ്ദാർത്ഥം. 'പാരമ്പര്യോപദേശേ സ്യാദ് ഐതിഹ്യം ഇതിഹാവ്യയം' എന്ന് അമരകോശം ബ്രഹ്മവർഗ്ഗം ദ്വിതീയകാണ്ഡത്തിൽ പതിനാലാം കാരികയിൽ രേഖപ്പെടുത്തി യിരിക്കുന്നു. 'ഇതി=ഇങ്ങനെ, ഹ= പ്രസിദ്ധം; ഇതിഹത്തിൽ ഭവിച്ചത് ഐതിഹ്യം.' 'ഇതിഹാസഃ പുരാവൃത്തം ഐതിഹ്യമിതിഹാവ്യയം' എന്ന് വൈജയന്തിയും രേഖപ്പെടുത്തുന്നു.

"ധർമ്മാർത്ഥകാമമോക്ഷാണാം ഉപദേശസമന്വിതം
പൂർവ്വവൃത്തകഥായുക്തം ഇതിഹാസം പ്രചക്ഷതേ"

(ധർമ്മം, അർത്ഥം, കാമം, മോക്ഷം എന്നീ പുരുഷാർത്ഥങ്ങളുടെ ഉപദേശമുൾക്കൊള്ളുന്നതും പൂർവ്വകാലങ്ങളിൽ സംഭവിച്ച കഥകൾ ചേർന്നതുമായ ആഖ്യാനത്തെ ഇതിഹാസം എന്നു പറയുന്നു.) എന്നിങ്ങനെ പില്ക്കാലത്ത് 'ഇതിഹാസ' പദം അർത്ഥവ്യാപ്തി നേടുക യുണ്ടായി.

സ്ത്രീകൾക്കും ശൂദ്രന്മാർക്കും അവർക്കും താഴെയുള്ള അധഃസ്ഥി തർക്കും അക്ഷരജ്ഞാനം നിഷേധിക്കപ്പെട്ട പൗരോഹിത്യമേധാവിത്വ ത്തിന്റെ അന്ധകാരാവൃതമായ നൂറ്റാണ്ടുകളിൽ, തങ്ങളുടെ മേധാവിത്വ ത്തിന്റെ ഭാഗമാക്കി ജനലക്ഷങ്ങളെ പിടിച്ചുനിർത്താൻ, പൗരോഹി ത്യത്തിന്റെ മേൽക്കോയ്മ നിശ്ശബ്ദമായി അംഗീകരിക്കേണ്ടതിന്റെ അനിവാര്യത അവരിലെത്തിക്കാൻ, ചാതുർവർണ്യ വ്യവസ്ഥിതിയും അതിന്റെ മൂല്യങ്ങളും ഈശ്വരപ്രോക്തമാണെന്നും അതുകൊണ്ടുതന്നെ അവ അലംഘനീയമാണെന്നും നിഷ്കാമിതരായി മുറുമുറുപ്പില്ലാതെ അനുസരിക്കേണ്ടതാണെന്നും മേൽച്ചൊന്നവരെ ബോദ്ധ്യപ്പെടുത്താൻ ബ്രാഹ്മണപുരോഹിതവർഗ്ഗം രൂപംകൊടുത്ത അനൗപചാരിക വിദ്യാഭ്യാസ പദ്ധതിയായിരുന്നു കഥാ പ്രവചനങ്ങൾ. ഈ ദൗത്യം ഏറ്റെടുത്തവരായിരുന്നു സൂതന്മാർ. പ്രാദേശികചരിത്രവും നാടോടി

ക്കഥകളും കാലാകാലങ്ങളിൽ ഇടകലർത്തി സൂതന്മാർ ഉണ്ടാക്കിയ, സൂതന്മാർക്കുവേണ്ടി ഉണ്ടാക്കിയ കഥാപ്രവചന പാരമ്പര്യമാണ് പില്ക്കാലത്ത് ഇതിഹാസമെന്നും പുരാണമെന്നും മറ്റും പറഞ്ഞ് ക്രോഡീകൃതമായ സാഹിത്യസഞ്ചയങ്ങൾ. ഇവയുടെയെല്ലാം ആത്യന്തികമായ സന്ദേശം ചാതുർവർണ്ണ്യവ്യവസ്ഥിതിയുടെ മൂല്യപ്രചാ രണമായിരുന്നു. ശൂദ്രാദികൾക്ക് അക്ഷരജ്ഞാനം പകർന്നുകൊടുക്ക രുതെന്ന് ശഠിച്ചവർ പുരാണ-ഇതിഹാസങ്ങൾ 'ശ്രാവയേത് ചതുരോ വർണ്ണാൻ' എന്ന് നിഷ്കർഷിച്ചത് മറ്റൊന്നുകൊണ്ടുമായിരുന്നില്ല. വേദം നിഷേധിക്കപ്പെട്ട ജനവിഭാഗങ്ങൾക്ക് 'പാപനാശിനി' എന്ന രൂപേണ എഴുതപ്പെട്ടവയാണ് ഇതിഹാസ –പുരാണങ്ങൾ എന്നു ലളിതമായി പറയാം.

പഞ്ചമവേദമായ, പഞ്ചമരുടെ വേദമായ മഹാഭാരതത്തിന്റെ ഓരോ വരികളുടെയും പഠനവും പാരായണവും ശ്രവണം പോലും പാപവിനാ ശകവും പുണ്യ വിവർദ്ധകവും മോക്ഷപ്രദായകവുമാണെന്നത്രെ പ്രകീർ ത്തിക്കപ്പെട്ടിരിക്കുന്നത്

ഇന്നു ലഭ്യമായ മഹാഭാരതത്തിന്റെ അനുക്രമണികാപർവ്വം പേർത്തും പേർത്തും ഇക്കാര്യം ഉദ്ഘോഷിക്കുകയും ചെയ്തിരിക്കുന്നു.
"ഭാരതാദ്ധ്യയനം പുണ്യം അപി പാദമധീയതഃ
ശ്രദ്ധാനസ്യ പൂയന്തേ സർവപാപാന്യശേഷതഃ..........
ശ്രദ്ധാനഃ സദായുക്തഃ സദാ ധർമ്മപരായണഃ
ആസേവന്നിമമദ്ധ്യായം നരഃ പാപാത് പ്രമുച്യതേ.
അനുക്രമണികാദ്ധ്യായം ഭാരതസ്യേദമാദിതഃ
ആസ്തികസ്തതം ശൃണ്വൻ ന കൃച്ഛേൃഷ്വവസീദതി,
ഉഭേ സന്ധ്യേ ജപൻ കിഞ്ചിത് സദ്യോ മുച്ചേത കില്ബിഷാത്
അനുക്രമണ്യാ യാവത് സ്യാദ് അഹാ രാത്ര്യാ ച സഞ്ചിതം.
ഭാരതസ്യ വപുർഹ്യേതത് സത്യം ചാമൃതമേവവ ച
നവനീതം യഥാ ദധ്നോദ് ദ്വിപദാം ബ്രാഹ്മണോ യഥാ.
ആരണ്യകം ച വേദേഭ്യഃ ഓഷധിഭ്യോ അമൃതം യഥാ
ഹ്രദാനാം ഉദധിഃ ശ്രേഷ്ഠോ ഗൗർവരിഷ്ഠാ ചതുഷ്പദാം.............

---

* ചാതുർവർണ്യവ്യവസ്ഥിതിയിൽ വേദാധികാരം നിഷേധിക്കപ്പെട്ടവർ സ്ത്രീകളും ശൂദ്രരും അവർക്കു താഴെയുള്ളവരുമാണ്. അവരാണ് സമൂഹത്തിൽ കായികമായി പണിയെടുക്കുന്നവരും സമ്പത്ത് ഉല്പാദിപ്പിക്കുന്നവരും. പണിയെടുക്കുന്ന ബഹു ഭൂരിപക്ഷത്തെ നിശബ്ദീകൃതസംസ്കാരത്തിനടിമകളാക്കി എന്നെന്നും 'സേവ കരാക്കി' നിലനിർത്തുവാൻ ഉതകുന്ന ചേരുവകൾ അവർക്ക് ലളിതമധുരമായി പകർന്നു കൊടുക്കുന്നവയാണ് ഇതിഹാസ പുരാണങ്ങൾ എന്നു പറയാം. പഞ്ചമ വേദമായി പ്രകീർത്തിക്കപ്പെടുന്ന മഹാഭാരതാദികളിലേയും ഇതരപുരാണങ്ങ ളിലേയും മനോരഞ്ജകങ്ങളായ ഓരോ കഥകളുടെയും ആത്യന്തികമായ പൊരുൾ ചാതുർവർണ്ണ്യാധിഷ്ഠിതമായ ഇന്ത്യൻ ഫ്യൂഡലിസത്തിന്റെ നിലനില്പുമായി ബന്ധപ്പെട്ടവയത്രെ.

യശ്ചൈനം ശൃണുയാന്നിത്യം ആര്‍ഷം ശ്രദ്ധാസമന്വിതഃ
സ ദീര്‍ഘമായുര്‍കീര്‍ത്തിം സ്വര്‍ഗ്ഗതിം ചാപ്നുയാന്നരഃ"

(ഭാരതം ചൊല്ലുന്നത് പുണ്യമാണ്. ഒരു പാദം പഠിച്ചാല്‍ പോലും പുണ്യമാണ്. ശ്രദ്ധയോടെ വായിക്കുന്നവന്റെ സകലപാപങ്ങളും തീര്‍ച്ചയായും ഉടനെ നശിക്കും. ശ്രദ്ധയോടെ, മനസ്സുവെച്ച്, സ്വദ്ധര്‍മ്മ വ്രതനിഷ്ഠനായി ഈ അദ്ധ്യായം നിത്യം പാരായണം ചെയ്യുന്നവന്റെ പാപങ്ങള്‍ തല്‍ക്ഷണം ഒഴിഞ്ഞുപോകുന്നതാണ്. അനുക്രമണികാ ദ്ധ്യായം ആദിമുതല്‍ ശ്രദ്ധയോടെ കേള്‍ക്കുന്നവന്‍ അപകടങ്ങളിലും ദുഃഖങ്ങളിലും പെട്ടുപോകുന്നതല്ല. രണ്ടു സന്ധ്യക്കും ഇതിലെ അല്‍പ ഭാഗമെങ്കിലും ജപിക്കുന്നതായാല്‍ പകലും രാവും ചെയ്യുന്ന പാപങ്ങ ളൊക്കെ നശിക്കും. ഭാരതത്തിന് അതാണ് ഏറ്റവും സാരമായ സത്യാ മൃതം. തൈരിന് വെണ്ണ എന്നപോലെ, മര്‍ത്ത്യരില്‍ വിപ്രന്‍ എന്നപോലെ, വേദങ്ങളില്‍ ആരണ്യകം എന്നപോലെ, ഔഷധികളില്‍ അമൃതം എന്നപോലെ, ജലാശയങ്ങളില്‍ സമുദ്രം എന്നപോലെ, നാല്‍ക്കാലി കളില്‍ പശു എന്നപോലെ ഇതിഹാസങ്ങളില്‍ ഭാരതം ശ്രേഷ്ഠമാ കുന്നു.......... ആര്‍ഷമായ ഈ പുരാണം അതിശ്രദ്ധയോടെ കേള്‍ക്കു ന്നവന് ദീര്‍ഘായുസ്സും കീര്‍ത്തിയും സ്വര്‍ഗ്ഗപ്രാപ്തിയുമുണ്ടാകും).

കഴിഞ്ഞില്ല, മഹാഭാരതത്തിന്റെ വിവിധ പര്‍വ്വങ്ങളില്‍ ആവര്‍ത്തിച്ചാ വര്‍ത്തിച്ച് ഇത്തരം പ്രശംസകള്‍ എഴുതിവെച്ചിട്ടുണ്ട്:– "കൃഷ്ണദ്വൈ പായനന്‍ ഒരു ലക്ഷം ശ്ലോകത്തിലാണ് അതിപുണ്യമായ ഈ കഥ പറഞ്ഞിട്ടുള്ളത്. അത് കേള്‍പ്പിക്കുന്നവനും കേള്‍ക്കുന്നവനും ബ്രഹ്മ ലോകം പൂകി ദേവതുല്യരായിത്തീരും. ഇതു വേദങ്ങള്‍പോലെ പവിത്രവും ഉത്തമവുമാണ്....... അര്‍ത്ഥവും കാമവും നന്നായി ഇതില്‍ വീണ്ടും വീണ്ടും പറയുന്നുണ്ട്. പുണ്യമായ ഈ ഇതിഹാസം മോക്ഷത്തിന് ഉചിതമായ മാര്‍ഗ്ഗം നിര്‍ദ്ദേശിക്കുന്ന ഗ്രന്ഥമാണ്...... അതിക്രൂരനായ പുരുഷനും ഭ്രൂണഹത്യകൊണ്ടുണ്ടായ പാപംപോലും തീര്‍ച്ചയായും വിട്ടൊഴിയും. ഇതു കേള്‍ക്കുന്ന അതിക്രൂരന്മാരായ മനുഷ്യര്‍പോലും രാഹുവിട്ട ചന്ദ്രനെപ്പോലെ പാപംവിട്ട് തെളിയും........ ഇതു ശ്രേഷ്ഠമായ പുംസവനമാണ്....... ഇതു പുണ്യമായ ധര്‍മ്മശാസ്ത്രവും മഹത്തായ അര്‍ത്ഥശാസ്ത്രവും പരമമായ മോക്ഷശാസ്ത്രവുമാണ്. ഭൃത്യന്മാരും പുത്രന്മാരും ഇതു ചൊല്ലിക്കേട്ടാല്‍ അവര്‍ ശരീരംകൊണ്ടും വാക്കുകൊണ്ടും മനസ്സു കൊണ്ടും ചെയ്ത പാപങ്ങളെല്ലാം തീരും........ വ്യാധിഭീതി ഉണ്ടാകുന്നതല്ല. പരലോക ദുഃഖവും ഉണ്ടാകില്ല. ധര്‍മ്മ്യവും യശസ്യവും ആയുഷ്യവും പുണ്യവും സ്വര്‍ഗ്ഗ്യവുമായി വ്യാസന്‍ ഇതു നിര്‍മ്മിച്ചു .... ശ്രാദ്ധങ്ങളില്‍ ബ്രാഹ്മണരെ ഒരു പാദമെങ്കിലും കേള്‍പ്പിച്ചാല്‍ അത് പിതൃക്കള്‍ക്ക് അക്ഷയമായ ശ്രാദ്ധമായിത്തീരും. ചിത്തേന്ദ്രിയങ്ങള്‍ കൊണ്ട്

പകൽചെയ്യുന്ന പാതകം, അത് അറിഞ്ഞോ അറിയാതെയോ ചെയ്ത
തായാലും അവ ഈ ഭാരതം കേട്ടാൽ തീർച്ചയായും നശിച്ചുപോകും.
'മഹൽ ഭാരതജന്മം' തന്നെയാണ് മഹാഭാരതം. ഈ ആഖ്യാനം അറി
ഞ്ഞവന്റെ സർവ്വപാപങ്ങളും നശിക്കും. ഇത് ഭരതന്മാർക്കുള്ള മഹാ
ത്ഭുതമായ ഇതിഹാസമാണ്. ഇതു കീർത്തനം ചെയ്താൽ മർത്ത്യരുടെ
മഹാപാപമെല്ലാം നശിക്കും....ഇതു കേൾപ്പിക്കുന്നവരും കേൾക്കുന്നവരും
പുണ്യപാപങ്ങളാൽ ക്ലേശിക്കുകയില്ല. ധർമ്മം കാംക്ഷിക്കുന്നവർ ഇതു
കേട്ടാൽ സിദ്ധരായിത്തീരും. ഈ പുണ്യേതിഹാസം കേൾക്കുന്നവനുള്ള
മനസ്സുഖം കേവലം സ്വർഗ്ഗം നേടിയിരിക്കുന്നവനുകൂടി സിദ്ധിക്കുന്നതല്ല.
ശ്രദ്ധയോടെ ഇതു കേൾക്കുന്നവനും കേൾപ്പിക്കുന്നവനും രാജസൂയം,
അശ്വമേധം എന്നിവ ചെയ്ത ഫലം ലഭിക്കും......... ധർമ്മത്തെയും
അർത്ഥത്തെയും കാമത്തെയും മോക്ഷത്തെയുംപറ്റി – നാലുപുരുഷാർ
ത്ഥങ്ങളെപ്പറ്റി – മഹാഭാരതത്തിൽ എന്തൊക്കെ പ്രതിപാദിച്ചിട്ടുണ്ടോ,
അത് മറ്റ് പ്രബന്ധങ്ങളിലും കണ്ടേക്കാം. എന്നാൽ മഹാഭാരതത്തിൽ
പറയാത്തത് ഏതുപ്രബന്ധത്തിലും കാണുകയില്ല.' (മഹാഭാരതം,
ആദിപർവ്വം, 62. 15–53.)

വേദം പഠിച്ചവർക്കുമാത്രമല്ല, വേദപരിധിയിൽനിന്ന് പുറംതള്ള
പ്പെട്ടവർക്കും ആത്മീയബോധത്തിനും ആത്മോത്കർഷത്തിനും പാപ
മോചനത്തിനും സ്വർഗ്ഗപ്രാപ്തിക്കും മഹാഭാരതപാരായണം സിദ്ധൗഷ
ധമാണെന്ന ഇത്തരം പ്രഖ്യാപനങ്ങൾ മഹാഭാരതാദി ഇതിഹാസകാവ്യ
ങ്ങൾ സാർത്ഥകമാക്കിയ ചരിത്ര ദൗത്യത്തെ മറനീക്കിക്കാണിക്കുന്നു.
ജന്മനിഷ്ഠമായ ചാതുർവർണ്യവ്യവസ്ഥിതിയും അതിലെ സവർണ്ണ
മേധാവിത്വവും മുറതെറ്റാതെ, മുറുമുറുപ്പില്ലാതെ അനുഷ്ഠിക്കുവാനുള്ള
ആഹ്വാനം മനോഹരമായ കാവ്യശീലുകളിലൂടെ കൂടുതൽ ജനകീയ
മാക്കി താഴെതട്ടിലെത്തിക്കുക എന്ന ദൗത്യമാണ് മഹാഭാരതാദി ഇതിഹാ
സപുരാണങ്ങൾ നിർവഹിച്ചതെന്നർത്ഥം. സ്ത്രീകൾക്കും ശൂദ്രന്മാർക്കും
മറ്റധഃസ്ഥിതർക്കും വേദങ്ങൾ നിഷിദ്ധമായിമാറിയ പൗരോഹിത്യമേധാവി
ത്ത്വത്തിന്റെ അന്ധകാരാവൃതമായ നൂറ്റാണ്ടുകളിൽ ജനസഹസ്രങ്ങൾക്ക്
വിജ്ഞാനത്തിന്റെ ദീപസ്തംഭമായി ഉദകിയ ധർമ്മസംഹിത
മഹാഭാരതമായിരുന്നു. പഞ്ചമവേദമെന്നോ പഞ്ചമന്മാരുടെ വേദമെന്നോ,
അതുകൊണ്ടുതന്നെ, മഹാഭാരതം അറിയപ്പെട്ടു.

ഒരു ധർമ്മസംഹിത എന്നനിലയിൽ മഹാഭാരതത്തിനുള്ള സ്ഥാനം
അനുപമമാണ്. ഇന്ന് പ്രചാരത്തിലിരിക്കുന്ന ഈ ഇതിഹാസ കാവ്യ
ത്തിലെ നായകൻ യുധിഷ്ഠിരനാണ്. അദ്ദേഹത്തെ ധർമ്മരാജൻ എന്നു
വിളിക്കുന്നു. ധർമ്മത്തന്റെ രാജാവ്-അധികാരി, എന്ന നിലയിലും
ധർമ്മന്റെ- യമന്റെ പുത്രൻ അല്ലെങ്കിൽ അവതാരം എന്ന നിലയിലും
അദ്ദേഹം പ്രസിദ്ധൻ. ധർമ്മമയമായ ഈ മഹാവൃക്ഷത്തിന്റെ തായ്

വേരുകളാണ് കൃഷ്ണനും ബ്രഹ്മാവും ബ്രാഹ്മണനും. മഹാവിഷ്ണു വാണ് ധർമ്മ സംസ്ഥാപനത്തിനു വേണ്ടി കൃഷ്ണനായി അവതരിച്ചത്. ധർമ്മത്തിന്റെ പരംപൊരുളാണ് ബ്രഹ്മാവ്.. ബ്രഹ്മാവിന്റെ സൃഷ്ടികളിൽ ഏറ്റവും ഉത്കൃഷ്ം ഇനമായ ബ്രാഹ്മണനും ബ്രഹ്മസ്വരൂപമാണ്, ശരീരമെടുത്ത ധർമ്മമാണ്. അവന്റെ രോമകൂപങ്ങൾ വിസർജ്ജിക്കുന്ന തുപോലും ധർമ്മമാണ്. അധികാരത്തെ മുൻനിർത്തി ജ്യേഷ്ഠാനുജന്മാർ തമ്മിലുണ്ടായ ഭാരതയുദ്ധം ധർമ്മയുദ്ധമെന്നാണ് പ്രകീർത്തിക്കപ്പെ ടുന്നത്. ധർമ്മസ്വരൂപങ്ങളായ ദേവന്മാരുടെ ഔരസപുത്രന്മാരാണ് പാണ്ഡവരെങ്കിൽ ആസുര– അധർമ്മ ജന്മങ്ങളാണ് കൗരവന്മാർ. ഇപ്രകാരം പാണ്ഡവപക്ഷം ധാർമ്മികതയേയും ദൈവികതയേയും കൗരവപക്ഷം അധാർമ്മികതയേയും ആസുരതയേയും പ്രതിനിധീകരി ക്കുന്നു. ധർമ്മാധർമ്മങ്ങൾ തമ്മിൽ ഏറ്റുമുട്ടിയ ഇടമാകട്ടെ ധർമ്മക്ഷേ ത്രവും. ഇങ്ങനെ ഏതു നിലയ്ക്കും ധർമ്മശാസ്ത്രമായി നിലകൊള്ളുന്ന മഹാഭാരതം പേർത്തും പേർത്തും വിളംബരപ്പെടുത്തന്നത് 'യതോ ധർമ്മസ്തതോ ജയഃ= എവിടെ ധർമ്മമുണ്ടോ അവിടെയാണ് ജയം' എന്ന ആശയവുമാണ്.

ധർമ്മം അതിസൂക്ഷ്മമമാണ്, 'ധർമ്മസ്യ തത്വം നിഹിതം ഗുഹായാം'. അത് പല പ്രതലങ്ങളെ ആശ്രയിച്ചുനില്ക്കുന്നു. രാജധർമ്മം, പ്രജാധർ മ്മം, ജ്ഞാതിധർമ്മം, കുലധർമ്മം, ആശ്രമധർമ്മം, ദാന ധർമ്മം, ആപ ദ്ധർമ്മം, സ്ത്രീധർമ്മം, മോക്ഷധർമ്മം....എന്നിങ്ങനെ നീണ്ടുപോകുന്ന കൈവഴികൾ. വേദത്തെ മുൻനിർത്തി കാര്യസാദ്ധ്യത്തിനുവേണ്ടി ചെയ്യു ന്ന എല്ലാ കർമ്മങ്ങളും ധർമ്മമാണെന്നും ഉദ്ഘോഷിക്കപ്പെട്ടിട്ടുണ്ട്. (വേദേന പ്രയോജനമുദ്ദിശ്യ വിധീയമാനോ അർത്ഥോ ധർമ്മഃ. മീമാംസാ ന്യായപ്രകാശം)

"വേദസ്മൃതിസദാചാരഃ സ്വസ്യ ച പ്രിയമാത്മനേ

ഏതദ് ചതുർവിധം പ്രാഹുഃ സാക്ഷാദ്ധർമ്മസ്യ ലക്ഷണം."

(വേദം, സ്മൃതി, സദാചാരം, അവനവന് പ്രിയമായത് ഈ നാലുവിധമാണ് ധർമ്മത്തിന്റെ സാക്ഷാൽ സ്വരൂപം) എന്നിങ്ങനെ ധർമ്മത്തെ വിശദമാക്കുന്ന മനു ധർമ്മം ആചാരപ്രഭവമാണെന്നും ആചാരം തന്നെയാണെന്നും കൂടി ഉറപ്പിക്കുന്നുണ്ട്.

മഹാഭാരതം മുന്നോട്ടുവെക്കുന്ന അടിസ്ഥാനപരമായ മൂല്യബോധം ധർമ്മമുള്ളേടത്ത് വിജയം എന്നതാണെന്ന് മുമ്പേ സൂചിപ്പിച്ചു. മഹാഭാ രതത്തിലെ ഓരോകഥാപാത്രവും ധർമ്മപ്രവചനം നടത്തുന്നത് നിരവധി അവസരങ്ങളിൽ വായനക്കാർക്ക് ദർശിക്കാനാകും. എന്നാൽ അവരുടെ ചിന്തയും വചനവും പ്രവൃത്തിയും പൊരുത്തപ്പെടാത്ത സന്ദർഭങ്ങൾ നിരവധിയാണ്. ഒരുപക്ഷേ, മഹാഭാരതകഥയുടെ വികാസ ഗതികളെ നിർണ്ണയിക്കുന്നതും മുന്നോട്ടുനയിക്കുന്നതും ധർമ്മനിഷ്ഠമുറ്റിയ സന്ദർ ഭങ്ങളല്ല, മറിച്ച് അധർമ്മവും അധാർമ്മികതയും മുഴച്ചുനില്ക്കുന്ന കഥാ

സന്ദർഭങ്ങളാണെന്നു പറയാം. കൗരവചേരിയെ തൽക്കാലം വിട്ടേക്കുക, അവർ അധർമ്മത്തിന്റെ തിരുവവതാരങ്ങളാണല്ലോ! ധർമ്മിഷ്ഠരും ധർമ്മ മൂർത്തികളുമായ പാണ്ഡവരുടെ അവസ്ഥ അതല്ലല്ലോ. "അശ്വത്ഥാമോ ഹതഃ കുഞ്ജരഃ'-എന്ന യുധിഷ്ഠിരന്റെ പ്രസിദ്ധമായ നുണ തന്റെ ഗുരുവിനെതന്നെ ചതിച്ചുകൊല്ലാനായിരുന്നു എന്ന മുന്നറിവ് അദ്ദേഹത്തി നുണ്ടായിരുന്നു. ഭീമൻ തന്റെ നിത്യപ്രതിയോഗിയായ ദുര്യോധനനെ ഗദായുദ്ധവിരുദ്ധമായ പ്രവൃത്തിയിലൂടെ തുടയ്ക്കടിച്ചാണ് നിലംപരി ശാക്കിയത്. വില്ലാളിവീരനെന്ന് ഈരേഴുലകവും കീർത്തിപെറ്റ അർജ്ജു നൻ കർണ്ണനെ വധിച്ചത് സമയം ചോദിച്ചുകൊണ്ട് ആയുധമില്ലാതെ നിസ്സഹായനായി നില്ക്കുന്ന അവസരത്തിലാണ്. അതിനുമുമ്പുതന്നെ തന്റെ ഗുരുവും മുത്തച്ഛനുമായ ഭീഷ്മരെ വീഴ്ത്തിയതും അദ്ദേഹം ആയുധം താഴെവെച്ച സമയത്ത് ശിഖണ്ഡിയെ മുന്നിൽനിർത്തിയും മറഞ്ഞുനിന്നുമായിരുന്നു. ഇത്തരം അധാർമ്മിക പ്രവർത്തനങ്ങൾക്ക് വേണ്ട ഒത്താശകളെല്ലാം ചെയ്തു കൊടുത്തത് ധർമ്മസംരക്ഷ ണത്തിനായി പിറവിയെടുത്ത കൃഷ്ണനായിരുന്നുവെന്ന വൈരുദ്ധ്യവും മുഴച്ചുനില്ക്കുന്നു, വ്യാഖ്യാന ശതങ്ങളുടെ അകമ്പടിയുണ്ടായിട്ടും.

അധാർമ്മികരെന്ന് മുദ്രകുത്തപ്പെട്ട കൗരവരുടെ ചെയ്തികളിൽ ഇത്തരം കൊടിയ വഞ്ചനകൾ നമുക്കു കാണുവാൻ കഴിയുന്നില്ല. അധാർമ്മികതയുടെ ശരീരമെടുത്ത അവതാരമെന്ന് കുപ്രസിദ്ധനായ ദുര്യോധനന്റെ മരണസമയത്ത് ദേവകൾ അവനെ സ്വർഗ്ഗത്തിലേക്ക് എതിരേറ്റത് പുഷ്പവൃഷ്ടികളിലൂടെ ആയിരുന്നുവെന്നതും ഓർക്കാവു ന്നതാണ്. അതുകൊണ്ടുതന്നെ, മഹാഭാരതം മുന്നോട്ടുവെക്കുന്ന ധാർ മ്മികതയുടെ യഥാർത്ഥ അകക്കാമ്പ് എന്താണെന്ന പ്രശ്നം ഉണർന്നുവ രുന്നു. അത് മഹാഭാരതത്തിന്റെ ചരിത്ര ദൗത്യത്തെ അനാവരണം ചെയ്യു ന്നതിലൂടെമാത്രമെ വിശദമാക്കപ്പെടുന്നുള്ളു.

ബ്രാഹ്മണപുരോഹിതമേധാവിത്ത്വത്തിന്റേതായ ആശയങ്ങൾ സമൂഹത്തിൽ അഭംഗുരം തുടരാൻ ഉതകുന്ന സാഹചര്യം നിലനിർത്തുക എന്ന ലക്ഷ്യത്തോടെ രചിക്കപ്പെട്ട ആഖ്യാനങ്ങളും ഉപാഖ്യാനങ്ങളും കൊണ്ട് സമ്പന്നമായ മഹാഭാരതം ഏറ്റെടുത്ത ചരിത്രദൗത്യം ഇന്ത്യൻ ഫ്യൂഡലിസത്തിന്റെ- ചാതുർവർണ്യവ്യവസ്ഥിതിയുടെ ധാർമ്മികചോ ദനയെ സമൂഹത്തിന്റെ പൊതുമണ്ഡലത്തിൽ വ്യാപിപ്പിക്കുകയും നില നിർത്തുകയും ചെയ്യുക എന്നതായിരുന്നു. സ്വധർമ്മം- വർണ്ണധർമ്മം- മുറതെറ്റാതെ, മുറുമുറുപ്പില്ലാതെ അനുഷ്ഠിക്കുവാൻ അത് നാലുവർണ്ണ ങ്ങളോടും ഒരുപോലെ നിഷ്ക്കർഷിക്കുന്നു. രാജാവിനേയും ദണ്ഡ നീതിയേയും ബ്രഹ്മാവ് സൃഷ്ടിച്ചത് വർണ്ണധർമ്മപരിപാലനം ശുഷ്ക്കാ ന്തിയോടുകൂടി നാലുവർണ്ണങ്ങളും നടപ്പിലാക്കുന്നുണ്ടോ എന്ന് ഉറപ്പുവരു ത്തുന്നതിനാണെന്ന് മഹാഭാരതം പല സന്ദർഭങ്ങളിലും പ്രഖ്യാപിക്കു ന്നുണ്ട്. അതിൽതന്നെ ഏറ്റവും വലിയ ശ്രദ്ധ ശൂദ്രരിലായിരിക്കണ

മെന്നും, അവരെ അവരുടെ കർമ്മത്തിൽ ഉറപ്പിച്ചുനിർത്തുവാൻ രാജാവ് തന്റെ ദണ്ഡനീതിയെ കർക്കശമായും ഫലപ്രദമായും ഉപയോഗിക്കണ മെന്നും അത് ഉദ്ഘോഷിക്കുന്നു. അതോടൊപ്പം ബ്രാഹ്മണ-ക്ഷത്രിയ-വൈശ്യ-ശൂദ്രാദികളായ നാലുവർണ്ണങ്ങളും അനുഷ്ഠിക്കേണ്ട വർണ്ണ ധർമ്മങ്ങളുടെ നീണ്ട ലിസ്റ്റും മഹാഭാരതം വിളംബരപ്പെടുത്തുന്നുണ്ട്. ചാതുർവർണ്ണ്യത്തിന്റെ നിയമവിധാതാക്കളായ മനു തുടങ്ങിയ സ്മൃതി കർത്താക്കൾ പിൽക്കാലത്ത് പുറത്തു വിട്ട അതേ ആശയങ്ങൾതന്നെ യാണ് ഇവയെല്ലാം എന്നത് എടുത്തു പറയേണ്ടതില്ല. മഹാഭാരതത്തിന്റെ അകത്തളങ്ങളിലേക്ക് തുന്നിച്ചേർത്ത ഭഗവദ്ഗീതയിൽ മാത്രമല്ല മറ്റു നിരവധി സന്ദർഭങ്ങളിലും നിരവധി ആഖ്യാന- ഉപാഖ്യാനങ്ങളിലും ഇത് ആവർത്തിക്കപ്പെട്ടിട്ടുണ്ട്. അശ്വത്തിനു കടിഞ്ഞാൺപോലെയും ആനയ്ക്കു തോട്ടിപോലെയും രാജധർമ്മം ലോകത്തെ അമർച്ച ചെയ്യാനു ള്ളതാണ്. എന്നിരുന്നാലും, ഭീഷ്മർ യുധിഷ്ഠിരനെ ഓർമ്മിപ്പിക്കുന്നു:-

"ബ്രാഹ്മണർ നിനക്ക് ഒരിക്കലും ദണ്ഡ്യന്മാരല്ല. ലോകത്തിൽ ബ്രാഹ്മണർ ഏറ്റവും ഉന്നതരാണ്......... എല്ലാനിലയിലും രക്ഷ്യരാണ് ബ്രാഹ്മണർ. അവർ എന്തെങ്കിലും കുറ്റം ചെയ്യുകയാണെങ്കിൽ, കൂടി യാൽ നാടുകടത്തുകയേ ചെയ്യാവൂ. കുറ്റം ചെയ്ത അവരിൽ കനിയുക യാണ് വേണ്ടത്. ബ്രഹ്മഹത്യ, ഭ്രൂണഹത്യ, ഗുരുതല്പഗമനം, രാജദ്രോഹം ഈ മഹാപരാധങ്ങൾ ചെയ്തവനെങ്കിലും ബ്രാഹ്മണനെ വധിക്കരുത്, നാടുകടത്തുകയേ ചെയ്യാവൂ. ബ്രാഹ്മണനെ ശാരീരികമായി പീഡിപ്പി ക്കാൻ ഒരു ശാസ്ത്രവും അനുവദിക്കുന്നില്ല. എല്ലാ മർത്ത്യരും ബ്രാഹ്മ ണരിൽ ഭക്തിയുള്ളവരായി വരണം" (ശാന്തിപർവ്വം. 56)

ഇപ്രകാരം ബ്രാഹ്മണരെ സമൂഹത്തിന്റെ ഉച്ചിയിൽ പ്രതിഷ്ഠിക്കുന്ന മഹാഭാരതം ശൂദ്രരെ എങ്ങനെ കാണുന്നു എന്നുകൂടി നോക്കുക:-

"ശൂദ്രനെ എല്ലാജാതികൾക്കും ദാസനായാണ് പ്രജാപതി സൃഷ്ടി ച്ചിരിക്കുന്നത്. അതുകൊണ്ട് ജാതിശുശ്രൂഷ അവന് വിധിച്ചിരിക്കുന്നു. അങ്ങനെ അവരെ ശുശ്രൂഷിക്കുകയാണെങ്കിൽ ശൂദ്രന് വളരെ സുഖം ലഭിക്കും. ശൂദ്രൻ മൂന്നുജാതിയെയും ക്രമത്തിൽ ശുശ്രൂഷിക്കണം. ശൂദ്രൻ ഒരിക്കലും ധനസമ്പാദനത്തിൽ ഏർപ്പെടരുത്. ശൂദ്രൻ ധനം സമ്പാദിക്കുന്നത് പാപമാണ്. ശൂദ്രൻ പണം സമ്പാദിച്ചാൽ അവൻ മേൽജാതിക്കാരെ കീഴിലാക്കും." (ശാന്തിപർവ്വം. 60)

ശൂദ്രന്റെ തൊഴിൽ മേൽജാതിക്കാരുടെ വിഴുപ്പലക്കലും കഴുകലു മാണെന്ന് പ്രഖ്യാപിക്കുന്ന മഹാഭാരതം അവന് ഉപജീവനമാർഗ്ഗവും നിർദ്ദേശിച്ചിരിക്കുന്നു:-

"മറ്റുജാതികൾക്കു പോറ്റേണ്ടവനാണ് ശൂദ്രൻ. ചെരിപ്പ്, വിശറി, കുട ഇവ പഴകിയാൽ തങ്ങളെ ശുശ്രൂഷിക്കുന്ന ശൂദ്രനു നൽകണം. പഴകിയ വസ്ത്രങ്ങൾ ബ്രാഹ്മണർ മുതലായവർ ഉടുക്കരുത്. പഴകിയ അവ ശൂദ്രനു നൽകണം. ശൂദ്രൻ ഏതെങ്കിലും ഒരു ദ്വിജനെ ശുശ്രൂഷിച്ചു

കഴിഞ്ഞു കൊള്ളണം. അവന് ആ ദ്വിജൻ ചെലവിനുകൊടുക്കണം, ചോറുകൊടുക്കണം. എന്ത് ആപത്തു വന്നാലും ശൂദ്രൻ തന്റെ സ്വാമിയെ ഉപേക്ഷിക്കരുത്...... ശൂദ്രന് വേദാധികാരമില്ല. അതുകൊണ്ടുതന്നെ, വേദത്തിൽ പറയുന്ന വ്രതങ്ങൾ അവൻ അനുഷ്ഠിക്കരുത്..... ശൂദ്രന് അവന്റെ യജമാനനായ ബ്രാഹ്മണനാണ് ഈശ്വരൻ" (ശാന്തിപർവ്വം. 60)

മാത്രമല്ല, "കൈയൂക്കുകൊണ്ടും ധൈര്യംകൊണ്ടും രാജാവ് വർണ്ണാശ്രമധർമ്മം പാലിക്കുവാൻ ശ്രമിക്കണം, നിലനിർത്തണം. അതിനുവേണ്ടുന്ന ഉപായങ്ങൾ കൈകൊള്ളണം. എല്ലാ ശ്രമങ്ങളിലും ലക്ഷ്യം ധർമ്മമായിരിക്കണം. എല്ലാ ധർമ്മാചരണത്തിലും ശ്രേഷ്ഠ മായിട്ടുള്ളത് സ്വധർമ്മാചരണമാണ്, വർണ്ണ ധർമ്മ ആചരണമാണ്. സ്വന്തം വർണ്ണധർമ്മം വിട്ടുചെയ്യുന്ന അന്യവർണ്ണധർമ്മം ശ്രേയസ്ക രമല്ല..... ഓരോവർണ്ണത്തിനും നിശ്ചയിക്കപ്പെട്ടിട്ടുള്ള ഈ ധർമ്മം വായ്പിക്കുക എന്നുള്ളതാണ് രാജാവിന്റെ ധർമ്മം" (ശാന്തിപർവ്വം. 65)

മഹാഭാരതം മുന്നോട്ടുവെക്കുന്ന ധാർമ്മികത എന്താണെന്ന് ഇതിൽ നിന്നും വ്യക്തമാണ്. ഈ ധാർമ്മികത നിലനിർത്തുക എന്നതാണ് ദണ്ഡ നീതിയിലൂടെ രാജാവ് നിർവ്വഹിക്കേണ്ടതെന്ന് പച്ചയായി ആവർത്തിച്ച് പറയാനും മഹാഭാരതം മടിച്ചിട്ടില്ല. ഭീഷ്മർ തുടരുന്നത് ശ്രദ്ധിക്കുക:–

"രാജാവിന്റെ ധർമ്മപാലനത്തിനുള്ള ദണ്ഡനീതി ചാതുർവർണ്യ വ്യവസ്ഥയെ ശരിയാംവണ്ണം നിലനിർത്തും. നൃപൻ പ്രയോഗിക്കുന്ന ദണ്ഡനീതി അധർമ്മത്തിൽനിന്നും അവരെ അകറ്റിനിർത്തും. ചാതുർ വർണ്ണ്യം സ്വധർമ്മത്തിന്റെ അതിരുതെറ്റാതെ നിലനിർത്തുമ്പോൾ രാജാവിനുവേണ്ടി മൂന്നു വർണ്ണങ്ങളും യത്നിക്കുന്നതാണ്. വർണ്ണധർമ്മാ നുഷ്ഠാനത്തിലാണല്ലോ മനുഷ്യർക്കുള്ള സകലക്ഷേമവും നിലനില് ക്കുന്നത്." (ശാന്തിപർവ്വം. 69)

ധർമ്മശാസ്ത്രം എന്നനിലയിൽ മഹാഭാരതത്തിനുള്ള സ്ഥാനം അദ്വിതീയമാകുവാൻ കാരണവും മറ്റൊന്നല്ല. യുധിഷ്ഠിരന്റെ കഥ വിവരിക്കുക എന്ന വ്യാജേന വ്യാസൻ അല്ലെങ്കിൽ നിരവധി വ്യാസന്മാർ അക്കാലത്തെ മനുഷ്യ ജീവിതത്തിന്റെ നിയാമക ചട്ടക്കൂടായ ചാതുർവർ ണ്ണ്യവ്യവസ്ഥയെ കേന്ദ്രബിന്ദുവാക്കി വിവിധതട്ടുകളിൽ വർത്തിക്കുന്നവ രുടെ വർണ്ണ-ആശ്രമ-ലിംഗ- വയാശ്രിതമായ ധർമ്മത്തിന്റെ സ്വരൂപവും മാഹാത്മ്യവും വർണ്ണിക്കുകയാണ് ചെയ്തിരിക്കുന്നത്.

"ശ്രേയാൻ സ്വധർമ്മോ വിഗുണഃ
പരധർമ്മാത് സ്വനുഷ്ഠിതാത്
സ്വധർമ്മേ നിധനം ശ്രേയഃ
പരധർമ്മോ ഭയാവഹഃ"

(നന്നായനുഷ്ഠിക്കുന്ന പരധർമ്മത്തേക്കാളും ഗുണരഹിതമാ ണെങ്കിലും സ്വധർമ്മം ധസ്വധർമ്മം=സ്വന്തം വർണ്ണധർമ്മംപ ശ്രേഷ്ഠമാ കുന്നു. മരണം വരിക്കേണ്ടിവന്നാലും സ്വധർമ്മാചരണമാണ് ഉത്തമം;

പരധർമ്മം (പരധർമ്മം=മറ്റുവർണ്ണങ്ങളുടെ ധർമ്മംപ അതിനേക്കാൾ ഭയങ്കരമാണ്. ഗീത. 3. 35)

'സ്വന്തം വർണ്ണധർമ്മത്തെ ശ്രേഷ്ഠമായി കരുതി പ്രവർത്തിക്കുന്ന വർക്ക് വലിയ നേട്ടങ്ങൾ ഉണ്ടാകുന്നു. കാരണം അവൻ ആ കർമ്മാനു ഷ്ഠാനംകൊണ്ട് ഈശ്വരസേവയാണ് ചെയ്യുന്നത്. അതുകൊണ്ട്, പരവർ ണ്ണധർമ്മാനുഷ്ഠാനത്തേക്കാൾ ശ്രേഷ്ഠമായിട്ടുള്ളത് ഗുണരഹിതമായ സ്വന്തം വർണ്ണധർമ്മ അനുഷ്ഠാനമാണ്. സ്വന്തം വർണ്ണധർമ്മാനുഷ്ഠാ നംകൊണ്ട് ഒരുവനും പാപിയാകുന്നില്ല. അതുകൊണ്ട്, ദോഷയുക്ത മാണെങ്കിലും സ്വന്തം വർണ്ണധർമ്മത്തെ ഒരു കാരണവശാലും ത്യജി ക്കരുത്' എന്നിങ്ങനെ ഗീതയിൽ (ഗീത. 18. 45-48) ആവർത്തിച്ച് ഇത് ഉറപ്പാക്കുകയും ചെയ്തിട്ടുണ്ട്.

ധർമ്മം എന്നത് പ്രപഞ്ചത്തെ- അതിലെ സകല ജീവജാലങ്ങ ളെയും- നിലനിർത്താൻ അവശ്യം അനുവർത്തിക്കേണ്ട പെരുമാറ്റച്ചട്ടമാ ണെന്ന തെറ്റായ ധാരണ ആവർത്തിച്ചുറപ്പിക്കാൻ ഇതിഹാസ-പുരാണ കഥാകോവിദന്മാർ ശ്രമിച്ചിട്ടുണ്ട്. എന്നാൽ സകലജീവജാലങ്ങൾക്കും ഒരുപോലെ ബാധകമായ, ആശ്വാസമേകുന്ന ഒരു ധർമ്മസംഹിതയല്ല, മറിച്ച് ചാതുർവർണ്ണ്യത്തിന്റെ മേൽത്തട്ടിൽ വർത്തിക്കുന്ന അധീശവർഗ്ഗ ത്തിന്റെ അവസരവും അവകാശവും സംരക്ഷിക്കുന്ന ആശയഗതിക ളാണ് ഇവിടെ 'ധർമ്മം' എന്ന പദത്തിന്റെ പരിധിയിൽ വരുന്നതെന്ന് മറക്കാവുന്നതല്ല. അർജ്ജുനാദികളുടെ താല്പര്യ സംരക്ഷണത്തിനു വേണ്ടി ഒരു കാടും അതിലെ മുഴുവൻ ജൈവവൈവിധ്യങ്ങളും അതിനിഷ്ഠുരമായി എരിച്ചു കളഞ്ഞപ്പോൾ എന്തുധാർമ്മികതയാണ് കൃഷ്ണാദികളെ നയിച്ചിരുന്നതെന്ന് ഇതുവരെയും തൃപ്തികരമായി വിശദീകരിക്കപ്പെട്ടിട്ടില്ല.

ധർമ്മാനുഷ്ഠാനത്തിന്റെ മഹത്വം എത്ര ആവർത്തിച്ചു പറഞ്ഞാലും തങ്ങൾ ഉദ്ദേശിച്ചപോലെ അത് ഫലപ്രദമാകുന്നില്ലെന്ന തിരിച്ചറിവ് അതിന്റെ വക്താക്കൾക്കുണ്ടായിരുന്നു. അതുകൊണ്ടാണ് കൃഷ്ണ ദൈപായനൻ ഇരു കൈകളും പൊക്കി വിലപിച്ചത്:-

"ഊർദ്ധ്വബാഹുർവിരൗമ്യേഷ
     ന ച കശ്ചിത് ശൃണോതി മേ
     ധർമ്മാദർത്ഥശ്ച കാമശ്ച
     സ ധർമ്മ കിം ന സേവ്യതേ"

(ഞാൻ കൈ പൊക്കി ഉച്ചത്തിൽ വിളിച്ചുപറയുന്നു. എന്നാൽ ഒരു മനുഷ്യനും അതു കേൾക്കുന്നില്ല. അർത്ഥവും കാമവും ധർമ്മത്തിൽ നിന്നാണ് ഉണ്ടാകുന്നത്. അർത്ഥത്തെയും കാമത്തെയും ആഗ്രഹിക്കുന്ന നിങ്ങൾ എന്തുകൊണ്ട് ധർമ്മത്തെ സേവിക്കുന്നില്ല? സ്വർഗ്ഗാരോ ഹണപർവ്വം 5. 62)

മാത്രമല്ല, അധർമ്മികളുടെ സംഖ്യ ക്രമാതീതമായി വർദ്ധിക്കു
കയാണ്. അത്തരക്കാർക്കു ലഭിക്കുന്ന അനുസ്യൂതമായ വിജയം
മറ്റുള്ളവരെ പ്രലോഭിപ്പിക്കുമെന്ന ഭയവും അവരെ ആശങ്കപ്പെടുത്തി
യിരുന്നു. അതുകൊണ്ടുതന്നെ, അത്തരം വിജയങ്ങൾ ശാശ്വതമല്ലെന്ന്
അവർ നിരന്തരം ഓർമ്മിപ്പിച്ചുകൊണ്ടിരുന്നു.

"വർദ്ധത്യധർമ്മേണ നരഃ തതോ ഭദ്രാണി പശ്യതി"

(മനുഷ്യൻ അധർമ്മം കൊണ്ട് സമൃദ്ധിയെ പ്രാപിക്കുന്നു. അവർക്ക്
മംഗളങ്ങൾ നിരന്തരം ഉണ്ടാകുന്നു. വനപർവ്വം. 94. 4)

"ധർമ്മാദപേതം യത് കർമ്മ യദൃപി സ്യാത് മഹത്ഫലം

ന തത് സേവേത മേധാവീ ന തദ് ഹിതമിഹോച്യതേ."

(ധർമ്മം വെടിഞ്ഞ കർമ്മം, അത് എത്ര മഹത്തായ ഫലം
നൽകുന്നതായാലും മേധാവിയായ ഒരാൾ അതൊരിക്കലും ശീലിക്കരുത്.
അത് ഒരിക്കലും ഹിതമായിട്ടുള്ളതല്ല. ശാന്തിപർവ്വം. 293. 8)

ജനങ്ങളെ ചാതുർവർണ്ണ്യ ധർമ്മത്തിന്റെ ചട്ടക്കൂട്ടിനകത്ത് തളച്ചി
ടുക എന്ന ചരിത്രദൗത്യം നിറവേറ്റാനുള്ള വ്യഗ്രതതന്നെയാണ് ധർമ്മ
ത്തിന്റേയും ധർമ്മാചരണത്തിന്റേയും മാഹാത്മ്യവർണ്ണനം മഹാഭാര
തത്തിന്റെ മുഖ്യ അജണ്ടയായി പരിണമിക്കാൻ ഇടയാക്കിയ പ്രധാന
കാരണം. അത് പേർത്തും പേർത്തും ജനങ്ങളെ ഉദ്ബോധിപ്പിച്ചതും
മറ്റൊന്നായിരുന്നില്ല.

"ധർമ്മേ മതിർഭവതു വഃ സതതോത്ഥിതാനാം

സ ഹ്യേക ഏവ പരലോകഗതസ്യ ബന്ധുഃ

അർത്ഥാഃ സ്ത്രിയശ്ച നിപുണൈരപി സേവ്യമാനാ

നൈവാപ്തഭാവമുപയാന്തി ന ച സ്ഥിരത്വം"

(നിങ്ങൾക്ക് ധർമ്മത്തിൽ ഉദ്യമം ഉണ്ടാകട്ടെ. ധർമ്മം ഒന്നുമാത്രമേ
പരമഗതിക്ക് സഹായിക്കുകയുള്ളു. കനകവും കാമിനിയും ഏറെ ശ്രദ്ധിച്ച്
കൂട്ടിയിണക്കി നിർത്തിയാലും അധികകാലം ബന്ധുഭാവവും സ്ഥിരത
യും കൈവരിക്കുകയില്ല. ആദിപർവ്വം. 2. 391.)

അതുകൊണ്ട്, ധർമ്മത്തെ ഒരിക്കലും കൈവെടിയരുത്- മഹാഭാ
രതം നിരന്തരം ഓർമ്മപ്പെടുത്തുന്നു:-

"ന ജാതു കാമാത് ന ഭയാത് ന ലോഭാത്

ധർമ്മം ത്യജേത് ജീവിതസ്യാപി ഹേതോഃ"

(ധർമ്മം ഒരിക്കലും ജീവിതത്തിനുവേണ്ടിപോലും മർത്ത്യർ ഉപേ
ക്ഷിക്കരുത്. മരിക്കുമെങ്കിൽ മരിക്കട്ടെ. മരിക്കുമെന്നുവന്നാൽപോലും ധർ
മ്മത്തെ ഉപേക്ഷിക്കരുത്. സ്വർഗ്ഗാരോഹണപർവ്വം. 5. 63)

ചാതുർവർണ്ണ്യത്തിന്റെ അപ്പോസ്തലന്മാരായ സ്മൃതികർത്താക്കൾ
നിരന്തരായി വിളംബരപ്പെടുത്തിയിരുന്നതും മറ്റൊരു ആശയതലമല്ല:-

"ധർമ്മ ഏവ ഹതോ ഹന്തി

ധർമ്മോ രക്ഷതി രക്ഷിതഃ

തസ്മാദ് ധർമ്മോ ന ഹന്തവ്യഃ
മാ നോ ധർമ്മോ ഹതോവധീത്" (മനുസ്മൃതി. 8. 15.)

ചാതുർവർണ്ണ്യാധിഷ്ഠിതമായ ധാർമ്മികതയെ ഉയർത്തിപ്പിടിക്കുന്ന തിനും അത് ഉയർത്തി പിടിച്ചുകൊണ്ടും മഹാഭാരതം മുന്നോട്ടുവെക്കുന്ന ആശയതലങ്ങൾ എണ്ണിപ്പറയുക ക്ഷിപ്രസാദ്ധ്യമല്ല. അത് മൃത്യുപുരാ ണമാണ്; എല്ലാം പൂർവ്വനിശ്ചിതാണെന്ന വിധിവിശ്വാസ പ്രഖ്യാപനമാണ്; പുരുഷമേധാവിത്വത്തിന്റെ സമഗ്രാധിപത്യ പ്രഘോഷണമാണ്; മനു ഷ്യന്റെ നിസ്സാരതയെ പേർത്തും പേർത്തും അടിവരയിടുന്ന ഈശ്വര കേന്ദ്രിതദർശനത്തിന്റെ മഹത്തോദ്ബോധനമാണ്...... എന്തിനധികം. മഹാഭാരതം തന്നെ പറയുന്നത് ഇങ്ങനെയാണ്:–

"വ്യാസനിർമ്മിതമായ ഈ കാവ്യം അർത്ഥശാസ്ത്രമാണ്, ധർമ്മശാ സ്ത്രമാണ്, കാമശാസ്ത്രമാണ്..... ധർമ്മത്തെയും അർത്ഥത്തെയും കാമത്തെയും മോക്ഷത്തെയും പറ്റി ഭാരതത്തിൽ എന്തൊക്കെ പ്രതിപാദി ച്ചിട്ടുണ്ടോ അത് മറ്റു പ്രബന്ധങ്ങളിലും കണ്ടേക്കാം. എന്നാൽ ഭാരതത്തിൽ പറയാത്തത് മറ്റൊരു പ്രബന്ധത്തിലും കാണുകയില്ല."

www.ingramcontent.com/pod-product-compliance
Lightning Source LLC
LaVergne TN
LVHW091220180726
843490LV00007B/2868